D1772442

டி. அருள் எழிலன்

முழு நேர ஊடகவியலாளர், ஆவணப்பட இயக்குநர், அப்புறம் சென்னை வாசி. ஓவியர் ஆதிமூலம் பற்றிய முதல் ஆவணப்படத்தின் மூலம் அறியப்பட்ட இவர், சாதத் ஹசன் மண்டோவின் கதையைத் தழுவி 'ராஜாங்கத்தின் முடிவு' குறும்படம் எடுத்தார் தமிழ் சூழலில் அது பரவலாகக் கவனம் பெற்ற குறும்படம். 2018ஆம் ஆண்டு 'பெருங்கடல் வேட்டத்து' ஆவணப் படமும் பெரும் கவனம் பெற்றது. இலங்கை உள்நாட்டுப் போர் தொடர்பாக 'பேரினவாதத்தின் ராஜா' என்ற நூல் உட்பட சில நூல்களை எழுதியுள்ளார்.

ஆனந்தவிகடன், குங்குமம் உள்ளிட்ட அச்சு ஊடகங்களில் பணியாற்றியவர் இப்போது கலைஞர் செய்திகள் தொலைக்காட்சியில் பணியாற்றுகிறார். இவர் இயக்கிய 'கடலோடி' தொடர் தமிழின் மிக முக்கியமான விஷுவல் ஆவணம். 2007ஆம் ஆண்டு இந்தியா டுடே இதழால் தமிழின் சிறந்த ஊடகவியலாளர் எனப் பாராட்டப்பெற்றவர். திரைப்படம் இயக்கும் முயற்சியில் உள்ளார். இது தவிர சொல்லிக் கொள்ளும்படி வேறெதுவும் இல்லை.

அவர்களுக்கு எப்போதும் எதிரிகள் தேவைப்படுகிறார்கள்

டி. அருள் எழிலன்

எதிர் வெளியீடு

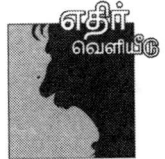

அவர்களுக்கு எப்போதும் எதிரிகள் தேவைப்படுகிறார்கள்
டி. அருள் எழிலன்

முதல் பதிப்பு: ஜனவரி 2024

எதிர் வெளியீடு,
96, நியூ ஸ்கீம் ரோடு, பொள்ளாச்சி - 642 002
தொலைபேசி: 04259 - 226012, 99425 11302

விலை: ரூ. 200

Avarkalukku Eppothum Ethirikal Thevaipadukirarkal
T. Arul Ezhilan

Copyright © T. Arul Ezhilan
First Edition: January 2024

Published by
Ethir Veliyeedu, 96, New Scheme Road, Pollachi - 2
email: ethirveliyedu@gmail.com
www.ethirveliyeedu.com

ISBN: 978-81-19576-78-4
Cover Design: Santhosh Narayanan
Printed at Jothy Enterprises, Chennai.

All rights reserved. No part of this book may be reprinted or reproduced or utilised in any form or by any electronic, mechanical or other means, now known or hereafter invented, including Photocopying and recording, or in any information storage or retrieval system, without permission in writing from the Publisher.

பொருளடக்கம்

ஹிட்லர்கள் தற்கொலை செய்து கொள்வார்கள் 07
– ப. திருமாவேலன்

முன்னுரை 10

1. அகண்ட ஜெர்மனி எனும் தந்தையர் நாடு 13
2. அவலத்தில் செழித்து வளர்ந்த நாஜிகள் 22
3. ஒரே நாடு ஒரே தலைவர்: நீண்ட கத்திகளின் இரவு 32
4. இனவெறியை பொதுப்புத்தி ஆக்கிய நாஜிகள் 43
5. ஒரே நாடு ஒரே சட்டம் 50
6. ஜெர்மனில் ஹிட்லர் அமெரிக்காவில் சாப்ளின் 61
7. அய்ரோப்பா முழுக்கப் பரவிய இனவாத அறிவியல் 71
8. ஒரே நாடு ஒரே இனம்: நாஜி மருத்துவ உலகம் 86
9. ஒரே நாடு ஒரே இனம்: நாஜிகளின் யூஜெனிக்ஸ் அறிவியல் 91
10. ஒரே நாடு ஒரே பிறப்பு:
    குழந்தை தொழிற்சாலையில் ஆரியப் பெண்கள் 103
11. இந்தியா – ஒரே நாடு – ஒரே மரபணு 113
12. நாஜி தற்கொலைகள்: வெறுப்பின் தோல்வி 135

உணவு உரிமைக்காகக் கொல்லப்பட்ட
தலித்துகளுக்கும்
முஸ்லீம்களுக்கும்...

ஹிட்லர்கள் தற்கொலை செய்து கொள்வார்கள்

ஹிட்லர் - இது மறக்க முடியாத பெயர். மட்டுமல்ல, மறக்கக் கூடாத பெயர். கொடிய பாம்பை 'நல்ல பாம்பு' என்று மகுடம் சூட்டி வைத்திருப்பதைப் போல சில பெயர்கள் நினைவிலேயே இருந்தாக வேண்டும்.

"நான் வாழும் காலத்தில் நாட்டை வழிநடத்தும் மனிதனாக இல்லாமல் - ஒரு அலுவலகத்தில் உட்கார்ந்து கோப்புகளைப் புரட்டும் குமாஸ்தாவாக நான் காலத்தைக் கழிக்க வேண்டுமா என்பதை நினைத்தபோது எனக்கு தொண்டைக்குள் குமட்டிக் கொண்டி வந்தது" என்று தான் எண்ணியதாக 'மெயின் காம்ப்' நூலில் எழுதி இருக்கிறார் ஹிட்லர். குமாஸ்தா வேலை குமட்டிக் கொண்டு வந்திருக்கலாம் ஹிட்லருக்கு. அவர் செய்த காரியங்கள், இன்று நினைத்தாலும் மனித சமுதாயத்தால் சபிக்கத் தக்கவை. அந்தக் கோரக் காட்சிகள் குமட்டிக் கொண்டு வருபவை. அதனால் தான் இன்றும் சில ஹிட்லர்களால், ஹிட்லர் போற்றப்பட்டுக் கொண்டு இருக்கிறார்.

நான் எனது பள்ளிப் பருவத்தில் படித்த - மறக்க முடியாத புத்தகங்களில் ஒன்று, 'ஹிட்லரின் கடற்போர் சாகசங்கள்' என்பதாகும். தொராளி சங்கர் என்பவர் எழுதியது. ஏராளமான வர்ணனைகளுடன் அந்தப் புத்தகம் இருக்கும். அன்று முதல் ஹிட்லரைப் படித்துக் கொண்டு இருக்கிறேன். பாஜக ஆட்சி 2014 ஆம் ஆண்டு வந்ததற்குப் பிறகு ஹிட்லர் மீதான பார்வை இன்னமும் கூர்மை அடைந்துள்ளது. ஹிட்லர் பாணியை பின்பற்றும் கட்சியாக பாஜக வளர்ந்து வருகிறது. எனவே தான் மீண்டும் ஹிட்லர், ஹிட்லராக

மாறுவதற்கு முன்னால் என்ன செய்தார், என்னவெல்லாம் செய்தார் என்பதை அறிய வேண்டியதாக இருக்கிறது. இன்னொரு ஹிட்லர் உருவாகிவிடாமல் தடுக்கவும் இது தேவை. அத்தகைய தேவையே இந்தப் புத்தகம்.

தம்பி அருள் எழிலன், எழுத்தில் வாள் வீச்சுக்காரன். வாடிய பயிரைக் காணும் போது வாடுபவனும் தான். அதே நேரத்தில் அதற்கான காரணம் அறிந்து சீறுபவனும் தான். பல்வேறு ஊடக நிறுவனங்களில் சம்பள வேலைக்காரனாக இருந்தாலும், தனது கொள்கையை எழுத்தில் சண்டமாருதமாய் வடிக்கும் பத்திரிகையாளனாகவே வாழ்ந்திருக்கிறான். 'பேரினவாதங்களின் ராஜா' என்ற அவரது முதல் புத்தகம், சிங்கள பேரினவாதத்தால் ஈழத்தமிழினம் சிதைக்கப்பட்ட வரலாற்றைச் சொல்லியது. அந்த வகையில் இந்தப் புத்தகம், ஆரியப் பேரினவாதங்களின் ராஜாவைப் பற்றிய புத்தகம்.

ஹிட்லரை ஹீரோவாக்கி - அவர் செய்த கொடுமைகளை சாகசம் ஆக்கி - பயங்கரத்தை காட்சிப்படுத்துதல் மூலமாக அது பயங்கரமாக உணராத வகையில் மடைமாற்றம் செய்யும் சினிமாத்தன வரலாறுகளுக்கு மத்தியில் - அருள் எழிலன் காட்டும் ஹிட்லர் தான் உண்மையான ஹிட்லர் ஆவார். ஹிட்லர் ஆட்சிக்கு வருவதற்கு முந்தைய, பிந்தைய 25 ஆண்டு கால நாஜி அரசியலைச் சொல்லி அவர்கள் ஜெர்மனில் வெறுப்பு அரசியலை எப்படி விதைத்தார்கள் என்பதை இந்நூல் விவரிக்கிறது.

கொடூரர்கள், அப்பாவிகளைத் தங்களுக்கான எதிரிகளாக உருவாக்கிக் கொள்கிறார்கள். அப்பாவிகளைக் கொடூரர்களாக உருவகப்படுத்துகிறார்கள். பின்னர் அந்த அப்பாவிகளுக்கு எதிரான யுத்தத்தின் வீரர்களாகத் தங்களைத் தாங்களே பட்டம் சூட்டிக் கொள்கிறார்கள். இது தான் ரத்தம் வழியும் வரலாறு ஆகும். இந்த ஸ்கெட்ச் எப்படிப் போடுகிறார்கள் என்பதுதான் இந்தப் புத்தகம்.

பத்திரிகையாளனாக - கொள்கைவாதியாக மட்டுமல்ல அருள் எழிலன் ஒரு இயக்குநராகவும் இருப்பதால் காட்சியாகச் சொல்லிச் செல்கிறார். காட்சிகள் அச்சம் தருவதாக அமைந்திருக்கின்றன. தேசத்தை பூசிக் கொண்டு, நாட்டைப் பூசிக் கொண்டு, தேசபக்தி என்று சொல்லிக் கொண்டு நடத்திய ரத்தவெறியாட்டமானது சொந்த தேசத்து மக்களையே சூறையாடியது என்பதைத் தான் இப்போது படிக்கப் போகிறீர்கள். படிப்பினையாகப் படியுங்கள்.

சட்டமீறல்கள் இருக்கக் கூடாது என்கிறார்கள். மீறலே சட்டமாக இருந்த காலம் அது.

அரசாங்கத்துக்குக் கட்டுப்படு என்கிறார்கள். அரசாங்கமே அடக்குமுறையாக இருந்த காலம் அது.

பயங்கரவாதம் கூடாது என்கிறார்கள். அரச பயங்கரவாதம் ஆட்சி நடத்திய காலம் அது. இவை அனைத்தும் சட்டபூர்வமாகவே அரங்கேறியதைத் தான் அருள் எழிலன் சொல்கிறார்.

பல்லாயிரக்கணக்கானவர்களை ஹிட்லரிசம் கொன்றது. ஆனால் ஹிட்லரிசம் வென்றதா? இல்லை. தூய்மையான ஆரிய இனம் ஒன்றை உருவாக்க நினைத்தார் ஹிட்லர். உருவானதா, தூய்மையான ஆரிய இனம்? தூய்மையான ஒன்று உருவாக முடியுமா இக்காலத்தில்? அப்படி ஒரு கும்பல் தங்களைத் தூய்மையான ஆரிய இனமாகக் கருதித் துள்ளிக் குதித்துக் கொண்டிருக்கிறார்களே, இதெல்லாம் கேவலமில்லையா?

'அவர்களுக்கு எப்போதும் எதிரிகள் தேவைப்படுகிறார்கள்' என்ற புத்தகத்தைப் படித்து மூடும் போது, ஹிட்லர்கள் தற்கொலை தான் செய்து கொள்வார்கள் என்றே முடிவுரையாகச் சொல்லத் தோன்றுகிறது.

- ப. திருமாவேலன்

முன்னுரை

இந்தியாவின் சமூக அரசியல் சூழல்தான் 'அவர்களுக்கு எப்போதும் எதிரிகள் தேவைப்படுகிறார்கள்' என்ற இந்த நூலை எழுதத் தூண்டியது. ஹிட்லர் ஆட்சிக்கு வருவதற்கு முந்தைய 10 ஆண்டுகள் வந்த பின்னரான 12 ஆண்டுகள் எனச் சுமார் 25 ஆண்டுகளில் அவர் ஜெர்மன் சமுதாயத்தை யூதர்களுக்கு எதிராக எப்படித் தயார் செய்தார் என்பதையே இந்நூல் பேசுகிறது.

இந்த நூலை எழுதும்போது இஸ்ரேல் பாலஸ்தீனப் போர் வெடிக்கவில்லை. யூதர்களுக்கு நாஜிகள் இழைத்த கொடுமைகளும் யூதர்கள் பாலஸ்தீனர்களுக்கு இழைக்கும் கொடுமைகளும் வரலாற்றின் ரத்தம் தோய்ந்த பக்கங்கள். ஆனால், முதலாம் உலகப்போருக்குப் பிந்தைய நாஜி ஜெர்மனியின் அரசியல் சமூகச் சூழலைத்தான் இன்றைய இந்தியாவின் நிலை நினைவூட்டிக் கொண்டே இருக்கிறது. அதனால்தான் இதற்கு முக்கியத்துவம் கொடுக்கிறேன்.

ஹிட்லரை கடவுள் நம்பிக்கையற்றவர் என உலகம் புரிந்து கொண்டாலும் அவருக்கு கடவுள் பற்றிய கவலைகள் எல்லாம் இருந்ததில்லை. அவர் மதத்தைத் தன் அரசியல் ஆசைகளுக்காகப் பயன்படுத்தத் தொடங்கினார். கத்தோலிக்கம், சீர்திருத்த கிறிஸ்தவம் என அனைவருக்கும் பொதுவான பாசிட்டிவ் கிறிஸ்தவத்தை உருவாக்கினார். துரதிருஷ்டமாக இந்தியா போல மதம் ஹிட்லருக்குப் பெரிய அளவில் கைகொடுக்கவில்லை. ஆட்சிக்கு வருவதற்கு முந்தைய காலம் முதல் இரண்டாம் உலகப்போரின் முடிவில் ரஷ்யப் படைகளால் சுற்றி வளைக்கப்பட்ட போது தற்கொலை செய்துகொண்டது வரை ஹிட்லர் வெறுப்பரசியலை நிறுவனமயப்படுத்தினார். சிவில் உரிமைகளில் இருந்து ஆரியர் அல்லாதவர்களை விலக்கி

வைத்தார். ஹிட்லர் உருவாக்கிய இரண்டாம் உலகப்போர் முடிந்து பல தசாப்தங்கள் ஆகிவிட்ட போதிலும் அதன் அவல சாட்சிகளாக இன்றும் பலரும் வாழ்கிறார்கள். அவர்களில் போர்க்குற்றவாளிகள், ஹிட்லரின் வதை முகாம்களில் இருந்து தப்பியவர்கள், ஹிட்லரின் நாஜி அரசு உற்பத்தி செய்த குழந்தைகள் என அந்த அவலம் உருவாக்கிய சாட்சிகள் இப்போதும் பேசிக்கொண்டே இருக்கிறார்கள்.

பிரான்சில் 14-ஆம் லூயி ஆட்சிக்கு வந்தபோது "நாட்டை ஆட்சி செய்ய கடவுள் என்னைப் படைத்துள்ளார். மக்கள் உட்பட அனைவரும் கட்டளைகளுக்கும் உத்தரவுகளுக்கும் கீழ்படிய வேண்டும். கேள்வி கேட்பது, தர்க்கம் புரிவது குற்றம். அரசனுக்குச் செய்யும் தொண்டு. ஆண்டவனுக்குச் செய்யும் தொண்டு. இனி நானே மன்னன் நானே முதல் மந்திரி" என அறிவித்துக்கொண்டு, அனைத்து அதிகாரங்களையும் குவித்தார், மதமாற்றத் தடைச் சட்டத்தைக் கொண்டுவந்த லூயி கத்தோலிக்க மதத்தைக் காப்பாற்றுவதாகக் கூறி பிற மதங்கள் ஆலயங்களை இடித்தார். கத்தோலிக்கர் அல்லாத மக்களின் வாழ்வுரிமைகள் பறிக்கப்பட்டது. 17-ஆம் நூற்றாண்டோடு லூயியின் காலம் முடிந்துவிட்டதாக நாம் நம்பினோம். புரட்சிகளின் தாய் எனப்படும் மாபெரும் பிரெஞ்சுப் புரட்சியோடு இந்த உலகம் நவீன நாகரீகம் அடைந்துவிட்டதாக நாம் நம்பிக் கொண்டிருந்தோம். ஆனால் பிரான்ஸ் லூயியைப் போல ஜெர்மனியில் ஹிட்லர் உருவானார்.

இப்போது ஹிட்லர் இல்லை ஆனால் இந்திய சூழல் அன்றைய நாஜி ஜெர்மனியை நினைவூட்டுகிறது.

எனக்கு ஏற்பட்ட இந்த நினைவுகளை உங்களுக்குச் சொல்வதே என் நோக்கம். இந்தியா என்ற இந்த தேசம் தெற்கு, வடக்கு, கிழக்கு, மேற்கு என எத்தனையோ தியாகங்களாலும் அர்ப்பணிப்பு மிக்கத் தலைவர்களாலும் உருவாக்கப்பட்டது. அது இன்று மத, சாதி வெறுப்பால் துண்டாடப்பட்டுள்ளது.

அரசின் சிவில் நிர்வாக அலகுகளில் இருந்து மிகத் துல்லியமாக ஒரு பகுதி மக்கள் விலக்கி வைக்கும் ஆபத்தில் நாம் சிக்கியிருக்கிறோம். அன்று ஜெர்மனியில் நடந்தது இன்று இந்தியாவில் நடக்கிறது. இதை நினைவூட்டுவதே என் நோக்கம்.

இந்த நூலுக்கு அணிந்துரை எழுதிக் கொடுத்த அண்ணன், ஊடகவியலாளர் ப.திருமாவேலன் அவர்களுக்கு நன்றி. மேலும், இந்நூலை தான் விரும்பி வெளியிட முன்வந்த எதிர் வெளியீடு பதிப்பக நண்பர்களுக்கும், பிழைதிருத்தி ஒருங்கிணைத்துக் கொடுத்த

எழுத்தாளரும், நண்பருமாகிய லட்சுமி சிவக்குமார் அவர்களுக்கு நன்றி.

எப்போதும் என்னை ஆதரிக்கும் என் உயிரில் கலந்திருக்கும் எல்லா நண்பர்களுக்கும் என் அன்பும் நன்றியும்!

டி. அருள் எழிலன்
தொடர்புக்கு - 9444139983
arulezhilan@gmail.com

1

அகண்ட ஜெர்மனி எனும் தந்தையர் நாடு

“வரலாற்றைக் கையிலெடுத்தவர்கள் பாதுகாப்பாக உள்ளனர். செத்துப் போனவர்கள் அவர்களுக்கெதிராக சாட்சி சொல்ல வரப் போவதில்லை”

– செஸ்லா மிலோஸ்

48 விநாடிகள் ஓடக் கூடிய மொபைல் விடியோ அது. உத்தரபிரதேச மாநிலம் எட்வா இரயில்வே கிராஸிங் அருகில் இருக்கும் கடைத் தெருவுக்கு சலீம் என்ற இளைஞர் பொருட்கள் வாங்க வருகிறார். பரபரப்பான ஒரு கடைத்தெரு அது. ஒரு கடையில் பொருட்களை வாங்கும் சலீமுக்கும் கடைக்காரருக்கும் 20 ரூபாய் தொடர்பாக வாக்குவாதம் ஏற்படுகிறது. வாக்குவாதம் முற்ற அந்தக் கடைக்காரர் சலீமுடன் எழுந்த பிரச்சனையை இந்து முஸ்லீம் பிரச்சனையாக மாற்றி விடுகிறார். இந்துக் கடைக்காரர் முஸ்லீம் சலீமைத் தாக்குகிறார். பின்னர் தெருவில் வருகிறவர்கள், போகிறவர்கள் எல்லாம் சலீமைத் தாக்க இந்தக் கும்பலின் தாக்குதல் தாங்க முடியாமல் அந்தக் கும்பலிடம் இருந்து தப்பிச் சென்று ரயில்வே டிராக்கின் நடுவில் நிற்கிறார். ரயில் அவர் மீது ஏறிச் செல்கிறது. அது ஒரு தற்கொலை என்ற அளவில் மட்டும் சிறிய அளவில் செய்திகள் வெளியாகி முடிந்து போய் விடுகிறது. இது நடந்து ஒரு மாதம் ஆகிறது. சலீம் என்ற மனிதனுக்கும் ஒரு கடைக்காரருக்கும் எழும் பிரச்சனை இந்து முஸ்லீம் பிரச்சனையாக மாற்றப்படும் சூழல் இந்தியாவில் எப்போதோ உருவாகிவிட்ட சூழல்

என்றாலும் இது போன்ற நிகழ்வுகளை பொதுச் சமூகம் ஏற்றுக் கொள்ளும் அளவுக்கு பாசிசச் சூழலுக்குப் பக்குவப்பட்டதுதான் இந்தியாவில் மதச்சிறுபான்மை மக்களுக்கு எதிராக பாசிஸ்டுகள் உருவாக்கிய பொதுப்புத்தியின் வெற்றி.

48 நொடிகள் பதிவான இந்த விடியோ பெரிய அளவு முகநூல் உள்ளிட்ட சமூக வலைத்தளங்களில் பகிரப்படவும் இல்லை, எந்த அரசியல் கட்சிகளும் இது பற்றிப் பேசவும் இல்லை. சிலர் மீது வழக்குப் பதிந்துள்ளதாகக் காவல்துறை தகவல்கள் சொன்னாலும் இந்தச் செய்தியின் ஃபாலோ-அப் என்ன என்பதை நான் எந்தச் செய்தி ஊடகத்தின் மூலமும் தெரிந்துகொள்ள முடியவில்லை.

இதே போன்று இன்னொரு காட்சியையும் சமீபத்தில் பார்த்தேன். நகைக் கடை ஒன்றில் திருட முயன்றதாகக் கூறி முஸ்லீம் ஒருவரை கும்பல் ஒன்று கட்டையால் பொது வெளியில் அடித்தே கொன்ற காட்சி.

இந்திய அளவில் முகமது அக்லாக் மாட்டிறைச்சி வைத்திருந்தார் என்ற குற்றச்சாட்டின் பெயரில் 2015-ஆம் ஆண்டு கொல்லப்பட்டார். அது ஊடகங்களில் மிகப்பெரிய அளவில் பேசப்பட்டது. 2015 முதல் இன்றுவரை நூற்றுக்கணக்கானவர்கள் கும்பல் வன்முறைகளில் அடித்தே கொல்லப்பட்டுள்ளார்கள். இதில் பெரும்பலானவை பசு பாதுகாவலர்கள் என்னும் பெயரில் இந்துத்துவ அமைப்புகளைச் சேர்ந்தவர்கள் நடத்திய கொலைகள். நூற்றுக்கணக்கானோர் கூடி ஒருவரை அடித்தே கொல்வது அதை விடியோ எடுத்து அவர்களே பொது மக்களிடம் பரப்புவது என இந்தக் கும்பல் கொலைகள் ஒரு அலையாக மாற்றப்பட்டுள்ளது.

இக்கொலைகளில் பெரும்பாலானவை சாட்சியமற்ற படுகொலைகள் என மாற்றப்பட்டுள்ளதாக பிபிசியின் அறிக்கை தெரிவிக்கிறது. முகமது அக்லாக், பஹ்லூ கான், ஹாஃபிஜ் ஜுனைத், ரக்பர் போன்ற பிரபலமான கும்பல் படுகொலைகளோடு தொடர்புடையவர்களில் பெரும்பான்மையானவர்கள் வெளியில்தான் உலவுகிறார்கள். ஆனாலும் இக்கொலைகள் பேசப்பட்டன. இது போன்ற கொலைகள், வன்முறைகள் நடக்கும் பகுதிகளில் இது போன்ற சம்பவங்களுக்குப் பின்னர் பாஜக மிகப்பெரிய அளவில் வெற்றி பெறுகிறது. இப்போது தாக்குதல் தாங்க முடியாமல் ரயில் முன்னால் பாய்ந்து தற்கொலை செய்து கொண்ட சலீம் உட்பட பல தாக்குதல்கள் பேசு பொருளாகக் கூட இல்லை.

டெல்லி முதல் கர்நாடக மாநிலம் வரை இந்து பொதுச் சமூகம் இணைந்து சிறுபான்மை முஸ்லீம்களைத் தாக்கிக் கொல்வது சாதாரண நிகழ்வாகி விட்டது. துவக்கத்தில் இது போன்ற கொலைகள் உருவாக்கிய அதிர்ச்சியோ விவாதங்களோ இப்போது இல்லை. ஏதோ ஒருவகையில் பொதுச் சமூகம் இதை மிகச் சாதாரணமாகக் கடந்து செல்கிறது. பல நேரங்களில் இதைக் கொண்டாடவும் செய்கிறது.

இந்தியா எப்போதுமே இந்து-முஸ்லீம் கலவரங்களாலும், பிளவுகளாலும் ஆன பூமிதான். ஆனால் அன்று நடந்த கலவரங்களுக்கும் இன்று நடக்கும் தாக்குதல்களுக்கும் பல அடிப்படையான வேறுபாடுகள் இருக்கிறது. அன்று இந்து முஸ்லீம் கலவரங்களுக்கு அரசியல் நோக்கங்கள் இருக்கவில்லை. அப்படி ஒரு சாராருக்கு அரசியல் நோக்கம் இருந்தாலும் அதை இந்துக்களோ, முஸ்லீம்களோ ஏற்றுக் கொள்ளவில்லை. இன்று மாபெரும் கலவரங்கள் நடப்பதில்லை ஆனால் வட்டாரத்துக்கு வட்டாரம் முஸ்லீம் வெறுப்பால் அவை தூண்டப்படுகின்றன ஒரு பகுதியை, ஒரு தொகுதியை, ஒரு வட்டாரத்தை இணைத்து நடத்தப்படுகிறது. மிக முக்கியமாக இன்றைய தாக்குதல்கள் அரசியல் நோக்கங்களுக்காக நடத்தப்படுவதோடு சிறுபான்மை மக்கள் மீதான வெறுப்பு கார்ப்பரேட்டிசத்தோடு பிணைக்கப்பட்டுள்ளது. தேர்தல் களத்தில் நேரடியாகப் பிணைக்கப்பட்டு வெற்றியை ஈட்டுவதற்கான அரசியல் கருவியாகச் சிறுபான்மை வெறுப்பு மாற்றப்பட்டுள்ளது. மிக மிக முக்கியமான பிரச்சாரங்களாலும் ஒருங்கிணைப்பாலும் சமூகத்தளத்தில் இந்தத் தாக்குதல்கள் குறித்து நிலவும் அமைதி பாசிசம் அதன் முதிர்ந்த நிலையை நோக்கி நகர்கிறதோ என்று எண்ணத் தோன்றுகிறது. இன்னும் துல்லியமாகச் சொன்னால் பாபர் மசூதி இடிப்புக்குப் பின்னர் இந்தியாவின் பொது மனநிலை ஹிட்லர் ஆட்சிக்கு வருவதற்கு முந்தைய காலத்தையொத்ததாக இருப்பதாக நாம் புரிந்து கொள்ளவும் முடியும். அன்றிருந்த அரசியல் கட்சிகளோ தலைவர்களோ கலவரங்கள் நடந்த பகுதிகளுக்குச் சென்று நம்பிக்கையளித்தார்கள். ஆனால் இன்று நேரடியாக எந்த ஒரு அரசியல் கட்சிகளும் அதில் தலையிட தயங்குகின்றன. சம்பவத்தில் நேரடியாக கருத்துச் சொல்வதையே தவிர்க்கின்றன.

பாரம்பரியமாக மனித குலம் தன் அனுபவத்தாலும், சமூக உற்பத்தியாலும் வழி வழியாகக் கிடைத்த அறிவுக்கு கோட்பாட்டு ரீதியான விளக்கங்கள் எழுதப்பட்ட காலங்களையே நாம் நவீன காலம் என்கிறோம். கத்தோலிக்க திருச்சபையில் ஏற்பட்ட பிளவு, பிரெஞ்சுப்

புரட்சி, சிவில் உரிமைகள், ஜனநாயக குடியரசுகள் பற்றிய தெளிவுகள் எல்லாம் உருவானதும் இக்காலத்தில்தான். ஆனால், இருபதாம் நூற்றாண்டில் உருவான புரட்சிகர மாற்றங்கள் இந்தியாவில் எந்தத் தாக்கங்களையும் சமூகத் தளத்தில் உருவாக்கவில்லை. ஏன் அதன் சுவடுகள் கூட இல்லை. இப்போது இந்தியா மிகப்பழங்கால நம்பிக்கைகளை நோக்கி நகர்கிறது.

"பாசிசத்தை இன்னும் பொருத்தமாக அழைத்தால் அதை கார்ப்பரேட்டிசம் (கூட்டுழைப்புவாதம்) என்றே அழைக்க வேண்டும். ஏனென்றால் அரசையும் கார்ப்பரேட்டிசத்தையும் இணைக்கும் புள்ளிதான் பாசிசம்" - என்பார் பாசிசத்தின் தந்தை எனப்படும் பெனிட்டோ முசோலினி.

இத்தாலியில் முசோலினி முன்னெடுத்த பாசிசமும், ஜெர்மனியின் ஹிட்லர் முன்னெடுத்த நாஜியிசமும் வெவ்வேறானவை. அதைப் புரிந்து கொள்வதில் பல சிக்கல்கள் இருந்த போதிலும் நாஜியிசமே ஆபத்தான வகையில் தேசியவாதத்தோடு இணைக்கப்பட்டது. ஆனால் பாசிசமும் நாஜியிசமும் மிகக் கோர்வையாகத் தனியார் முதலாளிகளோடு இணைக்கப்பட்டுக் கிடைத்த வெற்றியின் பின்னர்தான் இரண்டாம் உலகப் போரை நோக்கி உலகம் சென்றது. அதை முசோலினியை விட பிரமாண்டமாகச் சிந்தித்து நிறுவன ரீதியாகச் செயல்படுத்தியவர் ஹிட்லர். அரசையும் நாஜிக் கொள்கையையும் ஒன்றோடு ஒன்று இணைத்தவர் ஹிட்லர்.

ஹிட்லர் ஆட்சிக்கு வந்த உடன் யூதர்களை இனப்படுகொலை செய்து விடவில்லை. அவர் ஆட்சிக்கு வருவதற்கு முன்பு தனது தந்தையரின் ஆரிய தேசமான ஜெர்மனியில் பிரதானமாக யூதர்களுக்கு எதிரான பொதுப்புத்தியை உருவாக்கினார். அந்த வெறுப்பரசியல்தான் அவருக்குப் பாராளுமன்றத்தில் வெற்றியை ஈட்டிக் கொடுத்தது. படிப்படியாக அதிபராகத் தன்னை உயர்த்திக் கொண்டார்.

ஆஸ்திரியாவில் தனது தந்தை தேசம் பற்றிய கனவை இளம் வயது முதலே உருவாக்கிக் கொண்ட ஹிட்லர் அகண்ட ஜெர்மனியை உருவாக்க பல திட்டங்களை வைத்திருந்தார். வலதுசாரிகள் விரும்பும் மனிதராக ஹிட்லர் இருப்பதற்கு இதுதான் பிரதான காரணம். ஹிட்லரின் 'நாஜிமயமாதல்' 'ஆரிய மயமாதல்' என்ற இரண்டு திட்டங்களைச் செயல்படுத்தும் வழிமுறைகளாகப் பல திட்டங்களை வைத்திருந்தார். இந்த வழிமுறைகள் ஒவ்வொன்றும் ஒரு 'புராஜெக்ட்'

வார்த்தைகள் திட்டங்கள்

அறியாமை, அவலம் இந்த இரண்டிலும்தான் பாசிசம் செழித்தோங்கி வளர்கிறது. அதீத தேசியவாதம், அறிவு மறுப்பு, ராணுவமயம், சுதந்திர எண்ணங்களை அழித்தொழித்தல், ஆணாதிக்கம், பொது எதிரியை உருவாக்குதல் என வெறுப்பின் அடிப்படையில் நாஜி தேசியவாதத்தைக் கட்டியெழுப்பினார் ஹிட்லர்.

அவர்களுக்கு உகந்த சூழலை உருவாக்கிக் கொடுத்தது முதலாம் உலகப்போரின் முடிவு. அது ஏற்படுத்திய உயிரிழப்புகளும், அவலமும் நாஜிகள் ஜெர்மனியில் செழித்து வளரும் சூழலை உருவாக்கியது. முதலாம் உலகப்போரின் முடிவை தங்கள் நாஜி சித்தாந்த பரப்பலுக்கும் அதிகாரத்தை நோக்கிய நகர்வுக்கும் பயன்படுத்திக் கொண்டார் ஹிட்லர்.

அதற்கு அவர்கள் வெவ்வேறு செயற்திட்டங்களை, வேலைத் திட்டங்களை வகுத்துக் கொண்டனர். பொதுச் சிந்தனையை உருவாக்குவது, அதிகாரத்தைக் கைப்பற்றுவது, ஆட்சி முறையை நாஜி மயமாக்குவது, எனப் படிப்படியாக நாஜிகள் ஜெர்மனை ஆக்ரமித்தனர். அதில் முதல் நிலையாக இரண்டு திட்டங்களைக் குறிப்பிடலாம். ஒன்று *Machtergreifung* எனும் அதிகாரத்தைக் கைப்பற்றும் முதல் நிலை திட்டம். பின்னர் *Gleichschaltung* என்ற அரசு நிர்வாகத்தைச் சீர்திருத்தும் பொறிமுறை.

Machtergreifung என்பது ஜெர்மன் சொல். வெய்மர் குடியரசின் அதிகாரங்களை அமைதி வழியிலோ, சட்டபூர்மாகவோ, வன்முறை வழியிலோ என்ன செய்தேனும் அதிகாரத்தைக் கைப்பற்றுவதைக் குறிக்கும் சொல். அன்று நாஜிகளுக்குச் சவாலாக மாற்றுக் கருத்தோடு இருந்த அரசியல் கட்சிகளை, தொழிற்சங்கங்களை நெறிப்படுத்துவது, அகற்றுவது, பலவீனமடையச் செய்வதை நோக்கமாகக் கொண்ட சிந்தனை மற்றும் செயல்முறை. இந்துத்துவம் ஒரு சிந்தனைமுறையாக சமூக, அரசியல் களத்தில் வேர் விட்டு ஆழ ஊடுறுவிய பின்னர் அதை மீறிச் செல்ல முடியாமல். அல்லது, அதற்கு எதிரான கருத்துகளைப் பேச முடியாமல் அதை அடியொற்றியே பிற அரசியல் கட்சிகள் இயக்கங்களும் செயல்பட்டன. இன்றைய இந்தியாவில் பாஜக எதிர்ப்பை பல்வேறு கட்சிகள் முன் வைக்கின்றன. ஆனால் பாசிச எதிர்ப்பு என்பது இந்தியாவில் சிந்தாந்த எதிர்ப்பாக இருக்கிறது. சமூக தளத்தில் அதை அனுசரித்து அரசியல் செய்யும் சூழல் உருவாகி இருக்கிறது.

காங்கிரஸ், திமுக போன்ற கட்சிகள் சிந்தாந்த ரீதியாக ஆர்.எஸ்.எஸ் எதிர்ப்பை முன் வைக்கும் போது அதற்கு உருவாகும் எதிர்ப்புகளை நாம் இங்கே கவனத்தில் கொள்ள வேண்டும்.

வெய்மர் குடியரசின் ஹின்டன் பர்க்கிடம் இருந்து ஹிட்லருக்கு அதிகாரம் கைமாறிய சூழல் அச்சுறுத்தல் மூலமே உருவாக்கப்பட்டது. அதிகாரத்துக்குள் பதுங்கியிருந்து வெய்மர் அதிகாரத்தைத் தகர்த்து, நாஜி அதிகாரத்தை நிறுவுவது அரசியல் நடவடிக்கையாக மேற்கொள்ளப்பட்டது. முதலாம் உலகப்போருக்குப் பின்னர் வெய்மர் குடியரசை அச்சுறுத்தி பணிய வைத்த திட்டம் இது. குடியரசில் இருந்து அதிகாரத்தைக் கைமாற்றிக் கொள்ளும் நடவடிக்கையை பிரவுன் புரட்சி என்றனர் நாஜிகள்.

இந்தத் திட்டங்கள் அனைத்தையுமே ஹிட்லர் நிறைவேற்ற NGO போன்ற அரசு சாரா குழுக்களை அரசோடு ஒருங்கிணைத்தார். இதற்கு இரண்டு திட்டங்கள். ஒன்று தன்னார்வலர் திட்டம். இன்னொன்று கட்டாய சேவைத் திட்டம். ஆட்சிக்கு வந்த பின்னர் தனது அரசியல் எதிரிகளைக் கட்சிக்குள் ஒழித்துக் கட்ட *Night of the Long Knives* (நீண்ட கத்திகளின் இரவு) திட்டத்தை நிறைவேற்றினார். பின்னர், யூதர்களின் பலமான பொருளாதாரத்தைப் பிரதானமாகச் சிதைக்கும் நோக்கோடு 'கிறிஸ்டல் நாட்ச்' என்ற திட்டத்தை நடத்தினார். அதன் பின்னர் கறைபடியாத தூய்மையான ஆரிய இனத்தை உற்பத்தி செய்யும் லெபன்ஸ்பார்ன் திட்டம். கடைசியாகத் தான் 'இறுதி தீர்வு' எனப்படும் பைனல் சொல்யூஷன். ஹிட்லரின் நவ நாஜி ஜெர்மன் உருவாக்கத்திற்கான இந்தத் திட்டங்களை உருவாக்க தனித் தனி ராணுவ அமைப்புகளை உருவாக்கினார். இவை அனைத்தும் ஜெர்மன் சீர்திருத்தம் என்ற பெயரால்தான் நடந்தது. ஜெர்மனை சீர்திருத்துவது, சமூக அமைப்பை சீர்திருத்துவது, ஆரிய பண்பாட்டை சீர்திருத்துவது, எனப் படிப்படியாக நாஜிவாதம் வளர்ந்து யூத இன அழிப்பை செயல்படுத்திப் பரிணாம ரீதியாக அதை வளர்த்துச் சென்றார்கள்.

நாஜி அரசின் அரசியல், பொருளாதார, கலாச்சார, சிவில் நிறுவனங்களுக்குள் உள்ள அனைத்து எதிர்ப்புகள் மற்றும் முரண்பாடுகளைக் களைவது. அரசு இயந்திரத்தை தூய்மைப்படுத்தும் இந்தச் செயல் பொறிமுறைதான் ஜெர்மன் நாஜி மயமாதலின் ஆரம்பநிலை. சமூகத்தின் அனைத்து அம்சங்களையும் கட்டுப்படுத்தும் முயற்சியை ஒருங்கிணைத்துக் கொடுப்பதே நாஜிக் கட்சி உறுப்பினர்களின் செயல் திட்டம். இந்தச் செயல்திட்டங்களைக் கண்காணிக்கவும் வெற்றிகரமாக்கவும் தனித் தனி படையணிகள்.

தனது அரசியல் எதிரிகளைத் தீர்த்துக் கட்டும் ஆரம்பகால தூய்மை நோக்கம் தொடங்கி இறுதி தீர்வு படுகொலைகள்வரை நிர்வாக ஒழுங்கமைப்பை இதில் பார்க்க முடியும்!

ஆரியமயமாக்கல் என்ற இனவாதத்தை அரசு இயந்திரத்தின் பிரதான அலகாக இணைத்ததும், சித்தாந்தங்களோடு அதை செயல்படுத்தியும், மிகக் குறிப்பாக முதலாளித்துவத்தோடு இணைத்ததும்தான் ஹிட்லரின் குறுகிய கால வெற்றிக்கு மிகப்பெரிய காரணம். ஹிட்லர் ஆரியர் அல்லாத மக்களுக்கு ஏற்படுத்திய அபாயகரமான பிரச்சனைகளைத் தீர்க்க ஜெர்மானிக்கு வெளியில் இருந்த பல தேசங்கள் தலையிட்டுதான் மாபெரும் பேரழிவுக்குப் பின் இன்னல்களை முடிவுக்குக் கொண்டு வந்தார்கள். காரணம் ஹிட்லர் குறுகிய காலத்தில் பாசிச சமுதாயத்தை உருவாக்குவதில் இறுதி இலக்கை அடைந்திருந்தார்.

யூதர்களை முழுமையாக அழித்தொழிக்கும் இறுதி தீர்வுக்கு (final solution) வருவதற்கு முந்தைய பத்து ஆண்டுகள் ஜெர்மன் வரலாற்றில் மிக முக்கியமானவை. காரணம் ஜெர்மனியில் பாசிசம் ஹிட்லரோடு துவங்கவில்லை. அந்த ஆட்சிமுறை ஹிட்லரோடு முடிந்திருக்கலாம். ஆனால் அந்தச் சிந்தனைமுறை இன்றும் உலக சமுதாயத்தில் செல்வாக்குச் செலுத்திக் கொண்டிருக்கக் காரணம் பாசிசத்தின் நீண்ட பாரம்பரியம்.

ஹிட்லருக்கு முன்னோடி பெனிட்டோ முசோலினி. இவர்கள் இருவருக்கும் முன்னோடிகள் புரோட்டோ பாசிஸ்டுகள் (Proto-fascism) ஹிட்லருக்கு முன்பே 18ஆம் நூற்றாண்டிலேயே பாசிச சிந்தனைகள் அரசியல் சிந்தனைகளாக அய்ரோப்பிய தேசங்களில் பேசப்பட்டே வந்திருக்கின்றன.

உலகில் அய்ரோப்பிய வெள்ளை நோர்டிக் இனமே தூய்மையான ரத்தத்தைக்கொண்ட கலப்பில்லாத உன்னத ஆரிய இனம் என்ற கொள்கை பெருமளவு பேசப்பட்டு அது பொதுப்புத்தியில் ஏற்றுக்கொள்ளப்பட்டும் இருந்தது. குமரிக்கு தெற்கே லெமூரியா என்ற கண்டம் இருந்தது என நம்மில் பலரும் நம்புவது போல இங்கிலாந்துக்கும் போர்ச்சுக்கலுக்கும் இடையில் அட்லாண்டிக் பெருங்கடல் பகுதியில் ஆரியர்கள் வசித்த தெய்வீக நகரம் இருந்ததாகவும், அதுவே பின்னாட்களில் கிரேக்கம், ரோம சாம்ராஜ்ஜியம் எனப் படர்ந்ததாகவும் அவை கடல் கொண்டு மூழ்கிய நகரங்கள் ஆனதாகவும் ஏகப்பட்ட கதைகள் கட்டப்பட்டன. இந்தக்

கதைகளை ஹிட்லரை பின்பற்றியவர்களும் ஆரியர்களும் நம்பித் தொலைத்தார்கள்.

வியன்னாவில் தனது இளமைக்கால வாழ்வினூடாக அரசியலை புரிந்து கொள்ளத் துவங்கிய ஹிட்லர் தான் ஒரு நோர்டிக் தூய ஆரிய இன ரத்தம் என நம்பினார். மானுடப்பண்பாடும், அறிவியலும், தொழில் நுட்பமும் அனைத்துமே ஆரியர்கள் இந்த உலகிற்கு வழங்கிய கொடை, தனக்கென தனித்துவமான பண்பாட்டுக் கூறுகளைக் கொண்ட ஒரே இனம் ஆரியர்கள்தான். அவர்களிடம் இருந்து இரவல் பெற்ற இனங்கள் இன்று ஆரியர்களை அடிமைப்படுத்துகின்றன. யூதர்கள் ஆரியத்திற்கு எதிரானவர்கள். யூதர்களுக்கென்று சொந்தமான கலாச்சாரமோ, பண்பாடோ கிடையாது. யூதர்கள் அனைத்தையும் ஆரியர்களிடம் இருந்து திருடிக் கொண்டார்கள். ஆரிய இனம் கறைபடிந்த இனமாக, கலப்பினமாக மாற யூதர்களே காரணம். ஹிட்லரின் அனைத்து அரசியல் கொள்கையின் அடிப்படையாக இருந்ததும் இதுதான். ஹிட்லர் இதை அசாத்தியமான முறையில் நம்பினார். அரசியலில் இதற்குப் பழி தீர்க்க எண்ணியதோடு ஆரிய இனத்திற்கு விடுதலையும் கொடுக்க முடிவு செய்தார்.

அதுவரை ஆரியர்களே உயர்ந்தவர்கள் என்ற சிந்தனை பல்வேறு சிந்தனையாளர்களால் அய்ரோப்பா முழுக்க பரப்பப்பட்டு வந்த நிலையில் ஆரியர்களுக்கு எதிரிகள் யூதர்கள் என ஒரு எதிரியை தீர்மானித்ததுதான் ஹிட்லரின் வெற்றி.

பாசிசம் அல்லது நாஜியிசம் போன்ற வலதுசாரி சிந்தனைகளை நடைமுறைப்படுத்த உகந்த ஒரு காலம் வேண்டும். 1918 ஆம் ஆண்டு முதலாம் உலகப் போர் முடிவுற்றபோது சோர்வும், இயலாமையும், ஏழ்மையும், பசிப்பிணியும் பொதுவான சூழலாக இருந்தபோது இந்தச் சிந்தனைகள் மேலெழுந்து வந்தன. முதலாம் உலகப்போர் மனித குலத்திற்கு உருவாக்கிய அவலத்தை நாஜிகள் பயன்படுத்திக் கொண்டார்கள்.

ஹிட்லர் ஜெர்மனை அவர் தந்தையர் நாடாகப் பார்த்தார். 1917இல் தீவிர வலதுசாரிகள் இணைந்து ஜெர்மன் ஃபாதர் லேண்ட் கட்சியை உருவாக்கினார்கள். *(German Fatherland Party)* இன்று நாம் பான் இந்தியா என்ற பொருளில் இந்தியாவை இணைக்கும் திரைப்படங்கள் பற்றிப் பேசுகிறோம். ஆனால், 18ஆம் நூற்றாண்டிலேயே 'பான் ஜெர்மனி' சித்தாந்தம் அரசியல் அரங்கில் உருவாகிவிட்டது. பெரும்

செல்வந்தர்களும், தொழிலபதிபர்களும் இவர்களுக்குத் துணை நின்றார்கள். இதில் யூதர்களை இணைப்பது தொடர்பாக முரண்கள் இருந்தாலும் இணைத்துக் கொண்டார்கள். முடிவில் இந்தக் கட்சி குறுகிய காலத்தில் காணாமல்போனது. ஆனால் தேசிய சிந்தனை என்ற பெயரில் வெறுப்பை விதைத்ததில் ஃபாதர் லேண்ட் கட்சியின் பங்கு மிக முக்கியப் பங்காற்றியது. ஃபாதர் லேண்ட் கட்சியினர் முன் வைத்த ஆணாதிக்க தந்தை நிலம் என்ற கருத்தே ஹிட்லரின் சிந்தனையாக இருந்தது. ஜெர்மனியை மீட்டு ஆஸ்திரியாவை இணைத்து பின்னர் உலகை ஒரு குடையின் கீழ் கொண்டு வருவதே தந்தையர் நிலமான ஜெர்மனிக்கு செய்யும் பெரும் பாக்கியம் என நம்பினார் ஹிட்லர்!

2
அவலத்தில் செழித்து வளர்ந்த நாஜிகள்

"யுத்தமற்ற சமாதானக் காலத்தில் நமக்கு மறுக்கப்பட்ட பல வாய்ப்புகளைப் போர் நமக்கு வழங்குகிறது அவற்றை நாம் பயன்படுத்திக்கொள்ள வேண்டும்"

– ஜோசப் கோயபல்ஸ்.

மக்கள் நலக் கொள்கைகள் அறிவியக்கத்தில் இருந்தே துவங்குகிறது. அது மக்கள் நலன் என்றால் என்ன என்பது பற்றி உரையாடலை, விவாதங்களை நடத்துகிறது. பின்னர் அது சிந்தனையை மய்யமாக்கி இயக்கமாக மக்களிடம் விரிவடைந்து இயந்திரமாக அது தன்னை மாற்றிக் கொள்கிறது. முதலாளித்துவ தொழில் வளர்ச்சியும் உற்பத்தி முறையும்கூட நிலப்பிரபுத்துவத்தோடு ஒப்பிடும் போது முற்போக்கானதாக உருவாக அறிவியலும் அறிவியக்கமும் இணைந்து மேலைத் தேய மரபாக உருவானதே காரணம்.

ஆனால் வலதுசாரி சித்தாந்தங்களும் சிந்தனைகளும் வன்முறைகளும் இயக்கமாகவோ வெகுமக்களை ஈர்க்கும் சிந்தனை முறை தேசியங்களாக வளர்ந்து படர வதந்திகளும் கற்பனைகளும் அதன் அடிப்படையாக இருக்கிறது. அய்ரோப்பாவில் பாசிச சிந்தனைகள் வேர்விட முதலாம் உலகப்போருக்குப் பிந்தைய சூழல் காரணமானது.

பரந்துபட்ட வணிக நோக்கங்கள், பேரரசுக் கனவுகளோடு போர் விரிவடைந்தாலும் அது

உருவாக்கும் கற்பனைக் கதைகளே உலகில் பாசிசம் நின்று நிலைக்க இன்றளவும் காரணமாகிறது. வாட்ஸ் அப்பில் பரப்பப்படும் வதந்திகளே இந்தியாவில் பாசிசத்தின் வேர்பிடித்துச் செழித்தோங்கி நிற்கிறது. முதலாம் உலகப்போர் காலத்தில் வாட்சப் போன்ற சமூக செயலிகள் இல்லை. ஆனால், வதந்திகளும் வெறுப்புப் பிரச்சாரமும் முதலாம் உலகப்போரின்போதும் அதன் முடிவின் பின்னரும் நாஜிகளின் எழுச்சியில் முக்கிய பங்காற்றியது.

முதலாம் உலகப்போரில் தோல்வியடைந்த ஜெர்மனி கடுமையான அரசியல், பொருளாதார, சமூக கொந்தளிப்பில் சிக்கியது. 1919ஆம் ஆண்டு உருவான வெர்சாய்ஸ் உடன்படிக்கை போரில் தோல்வியடைந்த ஜெர்மனியை போருக்கு பொறுப்பேற்றுக் கொள்ளச் சொன்னது. பெருமளவு நிதியை இழப்பீடாக நேசநாடுகளுக்குக் கொடுக்க வேண்டிய சூழலுக்குள் ஜெர்மனி சிக்கிக் கொண்டது.

அய்ரோப்பா முழுக்க நிலவிய பொருளாதார அவலம், ஜெர்மனிக்குள் உயிரிழப்புகள் உருவாக்கிய அவலம், வறுமை, பசி, பட்டினி என விரக்தியடைந்த ஜெர்மன் மக்கள் கெய்சரின் அரசாட்சிக்கு எதிராகப் போராடத் துவங்கினார்கள். மன்னர் கெய்சர் தனது முடியரசை வேறு வழியில்லாமல் துறக்க வேண்டிய சூழலில் குடியரசிடம் தன் அதிகாரங்களை ஒப்படைத்துவிட்டு ஒதுங்கிக் கொண்டார். ஜெர்மனியின் கடைசி பேரரசன் கெய்சர் வில்ஹெல்ம்ஸ் பதவி விலகிய பின்னர் வீமர் குடியரசு உருவானது. 1919ஆம் ஆண்டு முதல் 1933 வரை வெய்மர் குடியரசு ஜெர்மனியின் அரசாக இருந்தது. வெய்மர் நகரத்தின் பெயரிலான இந்தக் குடியரசின் காலத்தில்தான் ஹிட்லர் எழுச்சி பெற்றார்.

நாஜி மயமாக்கப்பட்ட இயேசு

1933ஆம் ஆண்டு ஜெர்மனியின் மக்கள்தொகை தோராயமாக 60 மில்லியனாக இருந்தது. கிறிஸ்தவர்கள், ரோமன் கத்தோலிக்கர்கள், புராட்டஸ்டாண்ட் சபையினர் கணிசமான அளவில் இருந்தனர். இவர்கள் அனைவருமே தனித்தனி வழிபாட்டு முறையைக் கொண்டிருந்தனர். யூதர்களும் தங்களுக்கென தனித்த வழிபாட்டு பண்பாட்டு பழக்கவழக்கங்களைக் கொண்டிருந்தனர். ஆனால், அவர்கள் மொத்த ஜெர்மன் மக்கள்தொகையில் வெறும் 1% க்கும் குறைவாகவே இருந்தனர்.

பொதுச் சமூகத்தில் இருந்து சிறுபான்மை யூதர்கள் தங்களின் பழக்கவழக்கங்களாலும் வழிபாட்டு முறைகளாலும் வேறுபட்டு நின்றனர். ஜெர்மனியின் தொழில்கள், வட்டிக் கடைகள், யூதர்களிடமே இருந்தது. அவர்கள் செல்வந்தர்களாகவே இருந்தார்கள். இனவாதம் தேசியவாதமாக அய்ரோப்பா எங்கும் பரவ கட்டமைக்கப்பட்ட யூத வெறுப்பும் ஒரு காரணமானது. முதலாம் உலகப்போர் முடிவின் பின்னர் ஜெர்மனி மீது உருவான சர்வதேச அழுத்தம் ஜெர்மன் கிறிஸ்தவர்களிடையே நாஜிகளை வரவேற்க உத்வேகம் அளித்தது.

ஹிட்லர் கடவுள் நம்பிக்கை இல்லாத நாத்திகரா என்ற விவாதம் இன்றளவும் நடக்கிறது. சிலர் அவரை நாத்திகர் என்றும் எழுதுகிறார்கள். ஹிட்லர் ஒரு இனவெறியர் அதிலிருந்தே அவர் தன் வாழ்வை அணுகினார். நாஜியிசத்தின் முதல் பகுதியாக இருந்த வோல்கிஷ் இயக்கத்தின் செல்வாக்கு ஹிட்லரிடம் இருந்தது. ஆனால் ஜெர்மனியில் உள்ள கிறிஸ்தவர்களிடம் வோல்கிஷம் பரவலாக்கம் பெறவில்லை. எனவே ஒரு வெகுமக்கள் இயக்கத்தைக் கட்டி எழுப்ப வோல்கிஷம் பயன்படாது என்ற முடிவுக்கு வந்த ஹிட்லர் நேர்மறை கிறிஸ்தவம் *(Positive Christianity)* என்ற புதிய இயலை பேசத் துவங்கினார். ஜெர்மன் கிறிஸ்தவர்கள், ரோமன் கத்தோலிக்கர்கள், சீர்திருத்த சபையினர், பெந்தேகோஸ்த், புராட்டஸ்டாண்ட் என அனைவரும் ஏற்கும்படி இயேசுவை யூத வெறுப்பாளராக நிறுவுவதுதான் ஹிட்லரின் நேர்மறை கிறிஸ்தவம்.

ஜெர்மானியர்கள் ஆன்மா, ஜெர்மானிய ஒழுக்கம் இவற்றுக்குத் தோதான ஒரு ஆரிய இயேசுவை கட்டமைக்க முயன்றார். இயேசு ஒரு யூதர் அல்ல என்றும் அவர் ஒரு ஆரியர் என்றும், பழைய ஏற்பாட்டை முழுவதுமாக நிராகரித்து புதிய ஏற்பாட்டைச் சுத்தப்படுத்தவும் வேண்டும் என்றார் ஹிட்லர். துரதிருஷ்டமாக மரபுவழி கிறிஸ்தவர்களும் இதனால் ஈர்க்கப்பட்டனர். விவிலியத்தின் புதிர்களுக்குப் புதிய விளக்கங்கள் கொடுக்க அறிஞர்களை உருவாக்கிய நாஜிகள் அவர்களை வைத்து வரலாற்றை திரித்து எழுதவும் முயன்றனர். வரலாறுகளும் புனித நூல்களும் புதிர்கள் நிரம்பியவை. அந்தப் புதிர்கள்தான் நாஜிகளுக்கு வாய்ப்பாக இருந்தது. எல்லா புதிர்களிலும் ஆரியர்களும் யூதர்களும் எதிர் எதிராக நிறுத்தப்பட்டனர்.

ஆல்பிரட் ரோஷன் பெர்க் போன்றோர் நேர்மறை கிறிஸ்தவத்துக்கான புதிய விதிகளை எழுதினார்கள். ஆனால் அதை மரபு ரீதியாக பழக்கப்பட்ட கிறிஸ்தவர்களும், கத்தோலிக்கர்களும் ஏற்றுக்கொள்ளத் தயங்கியபோது “எந்த ஒரு கிறிஸ்தவரும் நேர்மறை கிறிஸ்தவத்தை

ஒப்புக்கொள்ள வேண்டியதில்லை. நமக்குள்ளும் சுற்றியுள்ள யூதர்களுக்கும் அவர்களின் பொருளாதார நலனுக்கும் எதிராகப் போராடுவதே நேர்மறை கிறிஸ்தவம்" என்றனர். ஒரு சமயக் கோட்பாட்டை உருவாக்கி அதை இனவாதத்தோடு இணைத்தனர் நாஜிகள்.

பெருந்திரளான மக்கள் பின்பற்றிய பல புராட்டஸ்டண்ட் ஆலயங்கள், இவாஞ்சலிக்கல் தேவாலயங்கள் நாஜிமயமானது. கத்தோலிக்க திருச்சபை கோவில்கள், பிற சபைகள் அனைத்துமே ஹிட்லருடனும் நாஜிகளுடனும் சமரசப் போக்குடன் நடந்து கொள்வதன் மூலம் தங்கள் நிறுவனங்களைப் பாதுகாத்துக் கொள்ள முயன்றனர்.

நேர்மறை கிறிஸ்தவத்தை யூத வெறுப்போடு பிணைத்து ஜெர்மன் கிறிஸ்தவர்களைச் சிறுபான்மை யூதர்களுக்கு எதிராக நிறுத்துவதில் மத ரீதியாக ஹிட்லர் முழு வெற்றி பெறவில்லை என்றே சொல்ல வேண்டும், காரணம், ஆரியர்களின் ஸ்வஸ்திக் சின்னமும், அவர்களின் ஒளி வழிபாடுமே ஹிட்லரின் கொள்கைபூர்வமான நம்பிக்கைகள். ஆனால் அவர்கள் இயேசுவை வழிபட்டனர். எனவே சிலுவைக்குள் ஸ்வஸ்திக் சின்னத்தை நிறுவி புதிய அடையாளத்தை உருவாக்க முனைந்தனர்.

ஆரம்பகாலத்தில் இதெல்லாம் நாஜி இயக்கத்துக்குப் பெரிய அளவில் கை கொடுத்தது. அவர்கள் ஆட்சிக்கு வந்த பின்னர் இவை எதற்கும் அவசியம் இல்லாமல் போனது. ஹிட்லரின் யூத இன அழிப்பை அறிந்துகொண்டு எதிர்த்த பாதிரியார்கள், இறையியலாளர்கள் கைதுசெய்யப்பட்டார்கள். பல சபைகள் நேர்மறை கிறிஸ்தவத்தோடு இணைக்கப்பட்டது. ஆனாலும் அதில் நாஜிகள் தோல்விதான் அடைந்தனர். கிறிஸ்தவர்களின் ஆதரவின்றி ஜெர்மனியின் ஆட்சியைப் பிடிக்க முடியாது என நம்பிய ஹிட்லரின் பாசாங்குகள் கிறிஸ்தவர்களிடம் அம்பலப்பட்டுப் போக, இனவெறியை மட்டுமே அரசு மதமாக்கிக் கொண்டனர் நாஜிகள். அதுவரை விதவிதமான நாஜி போதையில் தள்ளாடிய ஜெர்மன் கிறிஸ்தவ மக்களுக்கு யூத எதிர்ப்பு ஒரு போதையாக இருந்ததால் இதைப் பெரிதாகக் கருதவில்லை. மத நிறுவனங்கள் ஒரு கட்டத்தில் தங்களைத் தற்காத்துக் கொள்ளவே போராடவேண்டியிருந்தது. 1945இல் ஹிட்லர் அழிந்தபோது அவரது நேர்மறை கிறிஸ்தவமும் நாஜிகளோடு அழிந்தது காரணம், நாஜியிசம் ஒரு மதமாக மக்கள் ஏற்றுக்கொண்ட மதமாக மாறவில்லை. யூதர்களுக்கு எதிராக ஜெர்மன் மக்களைத் திரட்ட மதம் ஓரளவு மிகக்குறைந்த அளவில்தான் பயன்பட்டது. ஆனால், இன ரீதியாக

அவர்கள் உருவாக்கிய சிந்தனைப் போக்கும் முதலாம் உலகப்போர் முடிவை அவர்கள் பயன்படுத்திக் கொண்ட விதமும் நாஜிகளை மிகப்பெரிய வெற்றியின் விளிம்புக்குக் கொண்டுசென்றது.

வெறுப்பை தேர்தல் கோஷமாக மாற்றிய நாஜிகள்

முதலாம் உலகப்போரின் முடிவு ஜெர்மனிக்குள் உருவாக்கிய பொருளாதார அவலங்களை நாஜிக் கட்சியினர் பயன்படுத்திக் கொண்டனர். ஏற்கனவே கட்டுக்கதைகள் மூலம் பரப்பிவந்த அதே பொய்யை மீண்டும் மீண்டும் பேசினார்கள். குடியரசு என்ற நன்மையைச் சிதைத்து ஹிட்லரின் நாஜியிசம் வென்றது. முதலாம் உலகப்போரை முடிவுக்குக் கொண்டுவந்தவர்களை 'முதுகில் குத்தியவர்கள்' என்றும் 'நவம்பர் குற்றவாளிகள்' என்றும் கடுமையாக விமர்சிக்க அது அவலத்திற்கு மத்தியிலும் மக்களிடம் எடுபட்டது.

இன்னொருபக்கம் இனவாதமும், மதவாதமும் நெருப்பு போல எங்கும் பரவியது. ஜெர்மனியின் தோல்விக்குக் காரணம் யூதர்களே என்றும் அவர்களின் துரோகங்கள்தான் ஜெர்மனியின் தோல்விக்குக் காரணமானது என்றும் வலதுசாரிகள் மக்களை ஒருங்கிணைக்க முயன்றனர்.

இப்படிப் புற்றீசல் போல உருவான எண்ணற்ற குழுக்கள் அனைத்துமே கம்யூனிசம், சோஷலிசம் என்ற கவர்ச்சிகரமான வார்த்தைகளைப் பிடித்துக் கொண்டு வெய்மர் குடியரசையும், வெர்சாய்ஸ் உடன்படிக்கையையும் எதிர்த்தன. சோசலிசம், கம்யூனிசத்துக்கு எதிரானவர்கள், பூர்வ ஜெர்மானியர்கள் அல்லாதவர்களை ஜெர்மன் வாழ்க்கையில் இருந்து விலக்கிவைக்க வேண்டும். என்ற கொள்கையைத் தீவிரமாகப் பரப்பினார்கள்.

பொதுமக்களிடம் இந்தக் கொள்கைகள் செல்வாக்கு பெற்றன. தீவிர வலதுசாரி தொழிற்சங்கவாதியான அன்டன் ட்ரெக்ஸ்லர் நாஜிக் கட்சியின் முன்னோடி இயக்கமான ஜெர்மன் தொழிலாளர் கட்சியை நிறுவினார். 1919ஆம் ஆண்டு நாட்டின் சூழலை புரிந்துகொண்ட ஹிட்லர் தனது பேச்சாற்றலை பயன்படுத்தி ஜெர்மன் தொழிலாளர் கட்சியைக் கைப்பற்றினார். அவரது பேச்சாற்றலும் தொண்டர்களைத் திரட்டும் விதமும் ஓராண்டுக்குள் கைமேல் பலன் கொடுத்தது. வலதுசாரியான அன்டன் ட்ரெக்ஸ்லர் கையில் இருந்து ஹிட்லர் கைக்கு கட்சி சென்றதும் அவர் அதன் பெயரை ஒரே ஆண்டுக்குள் 1920ஆம் ஆண்டு தேசிய சோசலிச ஜெர்மன் தொழிலாளர் கட்சி என

மாற்றினார். (National Socialist German Workers Party) அதுவே NAZI நாஜிக் கட்சியானது. புரோட்டா பாசிஸ்டுகளாலும், ஃபாதர் லேண்ட் கட்சியினராலும், புற்றீசல் போல உருவாகிய சிறு சிறு குழுக்களாலும் சாதிக்க முடியாத ஒன்றை ஹிட்லர் சாதிப்பார் என அப்போது அவர் நம்பவில்லை. கட்சிக்கு 25 அம்ச திட்டத்தை வகுத்த ஹிட்லர் சிதறிக் கிடந்த ஜெர்மன் தேசியவாதிகளை ஒருங்கிணைத்து ஜெர்மானிய விரிவாக்கம் என்ற கோஷத்தை அரங்கில் வைத்தார். மேடைகள் தோறும் யூத எதிர்ப்பும், வெறுப்பும் உருவாக்கப்பட்டது.

ஹிட்லரே எதிர்பாராத வண்ணம் நாஜிக் கட்சி வளர்ந்து செழித்தது. அடுத்த ஓராண்டில் கட்சியின் பிற தலைவர்களை ஓரம் கட்டி ஒரே கட்சி, ஒரே தலைவன் என்ற அடிப்படையில் ஹிட்லர் நாஜிக் கட்சியின் தலைவரானார். முன்னாள் குற்றவாளிகள், இராணுவ வீரர்கள், ஆகியோரை ஒருங்கிணைத்து SA என்ற ஸ்டர்மாப்டீலுங் (Sturmabteilung) என்ற சட்டவிரோத ஆயுதக் குழுவை உருவாக்கினார். பழுப்பு நிறச் சட்டைக்காரர்கள் என அழைக்கப்பட்ட இவர்கள்தான் ஹிட்லரின் ரத்த சாட்சிகள்.

ஹிட்லரின் அரசியல் எதிரிகளை ஒழித்துக் கட்டுவதிலும், ஹிட்லரின் பேரணிகள், பொதுக்கூட்டங்களை ஒழுங்கு செய்து ஆட்களைத் திரட்டி வரவுமே இந்த ஆயுதக்குழு அதன் ஆரம்பகாலத்தில் பயன்பட்டது. ஜெர்மனியின் வெய்மர் குடியரசை ஆயுதப் புரட்சி மூலம் வீழ்த்துவதுதான் இவர்களின் முதலாவது அரசியல் நோக்கமாக இருந்தது. 1923 நவம்பர்-9ஆம் தேதியன்று வெய்மர் குடியரசை கவிழ்க்க அவர்கள் முன்னெடுத்த பீர் ஹால் புட்ச் கிளர்ச்சி தோல்வியில் முடிந்தது. ஆட்சியைக் கவிழ்க்கும் அந்த முயற்சியில் ஜெர்மன் இராணுவத்தினருடன் நடந்த மோதலில் சுமார் 16 பேர் சுட்டுக் கொல்லப்பட்டனர். ஹிட்லர் கைது செய்யப்பட்டு ஐந்து ஆண்டுகள் சிறைத் தண்டனை விதிக்கப்பட்டது.

ஹிட்லர் சிறைக்குச் செல்லும் போது நாஜிக் கட்சி உறுப்பினர்களின் எண்ணிக்கை வெறும் 25 ஆயிரம்தான். நாட்டில் பொருளாதார நிலை மேம்பட்ட போது யுத்தத்தின் பாதிப்புகளில் இருந்து மக்கள் மீண்டெழுந்தபோது நாஜிக் கட்சியின் வளர்ச்சி பாதிக்கப்பட்டது.

ஜெர்மன் பவேரிய அரசு ஹிட்லரின் நாஜிக் கட்சியை தடை செய்தது. ஹிட்லர் சிறையில் இருந்த போது அல்பிரட் ரோசன் பெர்க் நாஜிக் கட்சியின் தற்காலிக தலைவராக நியமிக்கப்பட்டார். ஆனால் அவரால் ஹிட்லர் அளவுக்குச் செயல்பட முடியவில்லை. கட்சி பிளவுபட்டது.

ஐந்து ஆண்டு சிறைதண்டனை பெற்ற ஹிட்லர் எட்டே மாதங்களில் விடுதலையானதும் மோதலில் பீஹால் புட்ச் கிளர்ச்சியின் போது உயிரிழந்த 16 பேரின் உயிரிழப்பை தேசியத் தியாகமாகச் சித்தரித்தார் அது கட்சியின் வளர்ச்சிக்குப் பெரிதும் பயன்பட்டது. அவர்கள் ஜெர்மனியின் மீட்சிக்காக விதைக்கப்பட்டுள்ளார்கள் என்றார் ஹிட்லர். கைதான அதே ஆண்டு டிசம்பரில் விடுதலையான ஹிட்லர், பவேரிய அதிபரிடம் கட்சி மீதான தடையை நீக்குமாறு வேண்டினார். அவரைக் குளிர்விக்கும் வேலைகளில் நாஜிக் கட்சியினர் ஈடுபட்டனர். பவேரிய அதிபர் நாஜிகள் மீதான தடையை நீக்கிய பின்னர் பிளவுபட்ட கட்சியை மீண்டும் ஒருங்கிணைத்தார்.

தனது அரசியல் தந்திரங்களை மாற்ற முடிவெடுத்த ஹிட்லர் ஜனநாயக வழிகளில் ஆட்சியைப் பிடிப்பதே கட்சியின் கொள்கை நடைமுறை எனத் தீர்மானித்தார். ஆளப்பிறந்தவர்கள் நாம் என்ற கவர்ச்சிகரமான கோஷம், நமது துன்ப துயரங்களுக்கு ஆரியர்களே காரணம், என்ற கோஷங்கள் ஒரே ஆண்டில் நாஜிகளை ஜெர்மனி முழுக்கப் பிரபலம் ஆக்கியது.

புற்றீசல் போலப் பரவிய நாஜிக் குழுக்கள்

நாஜிகள் குறுகிய காலத்தில் தங்கள் கரங்களை ஜெர்மன் மீது இறுக்கமாகப் படரவிட்டனர். பாசிசத்தை, யூத வெறுப்பை ஒரு சிந்தனையாகப் பரப்புவதில் வெற்றியும் பெற்றனர். பின்னர் அவர்கள் நாஜிக் கட்சியை ஜெர்மன் முழுக்க விரிவாக்கம் செய்த முறை மிக முக்கியமானது. ஆரிய மக்களின் நம்பிக்கைகளுக்கேற்ப அவர்கள் கட்சியை விரிவாக்கம் செய்தார்கள். ஜெர்மனியை ‘காவ்’ எனப்படும் பல பகுதிகளாகப் பிரித்தார்கள். ஒவ்வொரு காவும் ஒரு துணைப்பிரிவாகப் பிரிக்கப்பட்டு ஒவ்வொன்றுக்கும் தனித் தனித் தலைவர்கள் நியமிக்கப்பட்டனர். மேல் மட்டத்தில் இருந்து கீழ் மட்டம் நோக்கி அதிகாரம் பாய்ந்தது. கீழ் மட்டத்தில் கிராம அளவில் இருக்கும் ‘காவ்’ தலைவர்கள் மேல் மட்டத்தில் இருப்பவருக்குக் கட்டுப்பட்டுப் பணிந்து நடப்பவராகவும், மேலே இருப்பவரின் ஆணையை ஏற்று அதைச் செயல்படுத்துகிறவர்களாகவும் காவ் தலைவர்கள் இருந்தனர். ஜெர்மனின் நாஜிகளின் எழுச்சி ஏனைய கட்சிகளை பலவீனப்படுத்தியது.

அன்றைய ஜெர்மனியில் கம்யூனிஸ்ட் கட்சிகளுக்கே இந்தக் கட்டமைப்பு இருக்கவில்லை. அவர்கள் நகரங்களில் பலமாக இருந்தார்கள். கிராமங்களில் பலவீனமாக இருந்தார்கள். ஹிட்லர் கிராமப்புறங்களில் கட்சியை மேலிருந்து கீழாகக் கட்டினார். அவை

நகரங்களுடன் இணைக்கப்பட்டது. இறுதி அதிகாரத்துடன் ஹிட்லர் கட்சியின் உயர்ந்த தலைவராக இருந்தார்.

கட்சிக்கென்று குழந்தைகள் பிரிவு, மருத்துவர் பிரிவு, வழக்கறிஞர் பிரிவு, தொழிலதிபர்கள் பிரிவு எனத் தனித் தனியாக உருவாக்கப்பட்டு நாஜி சித்தாந்தங்கள் போதிக்கப்பட்டன. அதிகாரத்தை நோக்கிய பயணத்தில் தேர்தல் மூலம் வெய்மர் குடியரசை தூக்கி எறிவதே இலக்கு என போதிக்கப்பட்டது. துவக்கத்தில் 25 ஆயிரமாக இருந்த கட்சி உறுப்பினர் எண்ணிக்கை ஐந்தே ஆண்டுகளில் இரண்டு லட்சத்தைத் தொட்டது. நாஜிக் கட்சியை ஜெர்மனி முழுக்க விரிவாக்கிய ஹிட்லர், நிர்வாகிகளை உள்ளாட்சி தேர்தலில் களமிறக்கி அதில் கணிசமான அளவு வெற்றியும் பெற்றார்.

பொருளாதாரப் பஞ்சத்தில் வளர்ந்த பாசிஸ்டுகள்

முதலாம் உலகப்போர் உருவாக்கிய பொருளாதார நெருக்கடிகளைப் பயன்படுத்திக் கொண்ட ஹிட்லருக்கு மிகச்சிறந்த வாய்ப்பாகக் கிடைத்தது 1929ஆம் ஆண்டு அமெரிக்காவில் ஏற்பட்ட பொருளாதார வீழ்ச்சி Great Depression அது, அய்ரோப்பிய நாடுகளில் மீண்டும் பொருளாதார வீழ்ச்சியை உருவாக்கியது. வேலையில்லா திண்டாட்டமும், உணவுத் தட்டுப்பாடும் உருவாகின. யூதர்களை முதலில் எதிரிகளாக்கிய ஹிட்லர் பின்னர் கம்யூனிஸ்டுகளையும் எதிரிகளாக அறிவித்தார்.

முதலாம் உலகப்போராலும், பொருளாதார வீழ்ச்சியாலும் உங்கள் வேலைகளை, உணவை பறித்துக் கொண்டவர்களைத் தண்டித்து உங்களை மீட்க ஒரு மீட்பன் வருகிறான் என அறிவித்து 1932 –ல் ஜெர்மனியில் நடந்த அதிபர் தேர்தலில் களத்தில் குதித்தார் ஹிட்லர். எதிர்காலம் பற்றிய அச்சம், நிம்மதியற்ற வாழ்க்கை என ஜெர்மன் மக்கள் ஹிட்லரை ஒரே தலைவனாகத் தெரிவு செய்துவிடவில்லை. ஆனால் ஹிட்லர் ஒரு தலைவராக பியூரராக உருவாக மக்களின் அறியாமையும், பொருளாதார மந்த நிலையுமே காரணம். மக்களின் செயலற்ற தன்மையைப் பயன்படுத்திக் கொண்ட ஹிட்லர் தன்னை மீட்பராகப் பிரச்சாரம் செய்து கொண்டார்.

நெருப்பில் இருந்து நியமனமான ஹிட்லர்

நாஜிகளின் பிரச்சாரத்தின் திவீரத்தை எதிர்கொள்ள எல்லா கட்சிகளுமே திணறின. தேர்தலுக்கு ஒரு மாதம் முன்பு 1933 பிப்ரவரி

27 அன்று ஜெர்மன் பாராளுமன்றம் தீவைத்துக் கொளுத்தப்பட்டது. அடுத்த நாள் ஜனாதிபதி ஹின்டன் பர்க் அவசர நிலையைப் பிரகடனம் செய்தார். ஹின்டன் பர்க் நாஜிகளைக் கட்டுப்படுத்துவற்கு பதில் கம்யூனிஸ்டுகளை ஒடுக்கினார். பேச்சு சுதந்திரம், சொத்துகளை வைத்திருக்கும் உரிமை, சிறையில் அடைக்கப்படுவதற்கு முன் விசாரணை செய்யும் உரிமை போன்ற அடிப்படை தனிப்பட்ட சுதந்திரங்களையும் இந்த ஆணை நீக்கியது.

முக்கியமான இந்தக் காலகட்டத்தில் தனது பிரச்சாரக்கூட்டங்களை ஒருங்கிணைக்கவும், தனது மேடைப் பேச்சுகளின் பொருளை தீர்மானிக்கவும் ஜோசப் கோயபல்ஸ்சை நியமித்தார் ஹிட்லர். 1929 முதல் 1933 வரை மக்கள் மன்றத்திலும், ஜெர்மன் பாராளுமன்றத்திலும் (Reichstag) அவர்கள் வேகமாக வளர்ந்தனர். மக்கள் சந்திப்புகள், ஊடகச் சந்திப்புகள் அனைத்தும் ஊளைச் சத்தங்களாக மாறின. கூச்சலும், ஆர்ப்பாட்டமும் உண்மையை மறைத்தன. மக்கள் தங்கள் ஏழ்மைக்கும், இயலாமைக்கும், தோல்விக்கும், தனிமைக்கும், இழப்புகளுக்கும் யூதர்களே காரணம் என நம்ப வைக்கப்பட்டார்கள். கோயபல்சின் பிரச்சார வலுவுக்கு முன்னால் கம்யூனிஸ்டுகளால்கூடத் தாக்குப் பிடிக்க முடியவில்லை.

1932 மார்ச் தேர்தல் முடிவுகள் மிகத்துல்லியமாக ஒன்றை உணர்த்தியது. ஹிட்லர் அந்தத் தேர்தலில் ஆட்சிக்கு வராவிட்டாலும், 43.9 சதவீத வாக்குகளை ஹிட்லர் பெற்றார். பாராளுமன்றத்தில் நாஜிகள் பெரும்பான்மை பெறவில்லை. ஆனால், அவரது தேர்தல் கோஷமான ஜெர்மானியர்கள் VS ஜெர்மானியர்கள் அல்லாதவர்கள் என்ற பிளவையும், ஆரியர் VS யூதர்கள் என்ற பிளவையும் வெற்றிகரமாக உருவாக்கி அதன் பலனை வாக்கு வங்கியாக ஹிட்லர் அறுவடை செய்தார். 1932 தேர்தல் முடிவுகள் மூலம் நாஜிகள் மிகப்பெரிய அளவில் உற்சாகம் அடைந்தனர்.

1930ஆம் ஆண்டில் பாராளுமன்ற தேர்தலில் நாஜிகள் இரண்டாவது பெரிய கட்சியாக வளர்ந்தனர். 1932 ஜனாதிபதி தேர்தலில் ஹிட்லருக்குப் பெரும்பான்மை கிடைக்கவில்லை. ஹிட்லரை எதிர்த்துப் போட்டியிட்ட பவுல் வான் ஹின்டன்பர்க் வென்று ஜனாதிபதியானார். ஹிட்லருக்கு அதிகாரம் கிடைக்கவில்லை. ஆனால் வலிமையான முறையில் தன்னைக் கட்டமைத்துக் கொண்டார். ஜெர்மன் கம்யூனிஸ்ட் கட்சி தலைவர் எர்னஸ்ட் தால்மனும் போட்டியிட்டு பத்து சதவிகித வாக்குகளைப் பெற்றார்.

எர்னஸ்ட் தால்மன் பின்னர் எஸ்.ஏ ராணுவக் குழுவால் வதை முகாமில் வைத்துக் கொல்லப்பட்டார்.

ஹின்டன் பர்க்கின் கூட்டணியில் ஹிட்லர் இருந்தாலும் அதிகாரம் தன் கைகளுக்கு வராமல் இருப்பதால் ஹின்டன் பர்க்கிற்கு அழுத்தம் கொடுக்கத் துவங்கினார். ஜோசப் கோயபல்ஸ் மக்களிடம் வலிமையற்ற பலவீனமான தலைமைகளால் எதையும் சாதிக்க முடியாது. ஆணைகளையும் உத்தரவுகளையும் பிறப்பிக்கும், செயல்படும் தலைமையே வேண்டும் எனப் பிரச்சாரம் செய்தார்.

முடிவில் ஹின்டன்பர்க் வேறு வழியில்லாமல் 1933ஆம் ஆண்டு ஜனவரி 30ஆம் நாள் ஜெர்மனி வெய்மர் குடியரசின் அதிபராக ஹிட்லரை நியமித்தார். ஹின்டன்பர்க் வேறு வழியில்லாமல் அதிகாரத்தைக் கைமாற்றிக் கொடுத்தார். அரசாங்கம் செயல்படாத அரசாங்கமாக இருப்பதாகவும், அதிகாரம் உரியவர்களிடம் இருந்தால் மட்டுமே நாடு வளர்ச்சி பெறும் என்ற கோயபல்சின் பிரச்சாரம் அப்போது மக்களிடம் எடுபட்டது.

1919ஆம் ஆண்டு தன் பேச்சாற்றல் மூலம் ஜெர்மன் தொழிலாளர் கட்சியைக் கைப்பற்றிய ஹிட்லர் அடுத்த 14 ஆண்டுகளில் ஜெர்மனின் அதிபர் ஆனார். ஜெர்மன் வரலாற்றில் இந்த 14 ஆண்டுகள் மிக முக்கியமானவை. நாடு பிளவுண்டது. நாஜிகள் ஆட்சிக்கு வந்தனர். பிளவை வெறுப்பை தேர்தல் களத்தில் பயன்படுத்தி வென்று அதிகாரத்தைப் பயன்படுத்தி நியமனப்பதவி மூலம் அதிபரும் ஆனார் ஹிட்லர். நிறைவேற்று அதிகாரம் கொண்ட பாராளுமன்ற முறையில் பதவியில் இருப்பதைக் குறைபாடான ஒன்றாகக் கருதினார் ஹிட்லர்.

ஜெர்மன் என்ற தந்தையர் தேசத்தின் பூர்வ ஆரிய இனத்தைத் தூய்மையாக்க எண்ணிய ஹிட்லர் முதலாம் உலப்போர் சூழலை பயன்படுத்திக் கொண்டார். முதலாம் உலகப்போருக்குப் பிந்தைய 14 ஆண்டுகளில் யாரெல்லாம் ஆரியர் யாரெல்லாம் ஆரியர் இல்லை என்ற வரையறையை நாஜிகள் செய்து முடித்தனர்.

ஆரியமயமாக்கல் என்ற தேசியவாதத்தின் எதிரிகளாக யூதர்களைக் கட்டமைப்பதில் வெற்றி பெற்றது நாஜியிசம். யூதர்கள், கம்யூனிஸ்டுகள், அடிமைத் தொழிலாளர்களாகக் கொண்டு வரப்பட்ட கருப்பர்கள், ரோமா ஜிப்சிகள், ஓரினச்சேர்க்கையாளர்கள், என ஆரிய ஒழுக்கத்திற்கு இழுக்கானவர்கள் என அடையாளப்படுத்தப்பட்ட சமூகங்கள் அச்சத்தில் உறைந்து போயின.

3

ஒரே நாடு ஒரே தலைவர்: நீண்ட கத்திகளின் இரவு

"பாசிசம் என்பது வெறும் வார்த்தையல்ல. தீவிர வலது அரசியலின் குறிப்பிடத் தக்க அடையாளமாகும். இது வலதுசாரிக் கட்சியின் தலைவரைச் சுற்றி சூப்பர் மேன் தோற்றத்தையும், நாசிஸ்டிக் வழிபாட்டையும் உள்ளடக்கிய ஒன்று"

– ரேச்சல் மடோவ்

ஜெர்மன் அதிபராக இருந்த ஹிண்டன்பர்க் முதுமை காரணமாக இயற்கையாக இறந்த பின்னர் ஹிட்லர் தன்னை பியூரர் (The führer) என்ற உயர்ந்த நிலைக்கு உயர்த்திக் கொண்டார். 'Führer' என்ற சொல் ஜெர்மன் மொழிச் சொல். தலைவர், வழிகாட்டி அல்லது தேசத்தை நகர்த்திச் செல்கிற ஓட்டுநர் எனப் பல அர்த்தங்களைக் கொண்ட சொல் அது. முதலாம் உலகப்போருக்குப் பின்னர் பியூரர் என்ற அந்தச் சொல் நாஜி தேசியவாதத்தோடு தொடர்புடைய சொல்லாக மாற்றப்பட்டது. நாஜி தேசியவாதம் ஹிட்லருக்கு ஒரு தெய்வ நிலையை ஏற்ற அதுவரை இராணுவ தலைவர்களுக்கோ, அதிபர்களுக்கோ வழங்கப்பட்ட சொற்கள் போதுமானதாக இல்லை. அவர்கள் பியூரர் என்ற சொல்லை உயர்ந்த ஈடு இணையில்லாத, தலைவர் வழிகாட்டி என்ற பொருளில் பயன்படுத்தினார்கள். அவரது கட்டளைக்கு அப்பால் எதுவும் இல்லை என்கிற நிலையை பியூரர் என்ற அதிகார அடையாளம் உருவாக்கியது. தன்னை வழிபடும் விசுவாசிகளை மட்டுமே உருவாக்கிக் கொண்ட சர்வாதிகார நிலையை உணர்த்தும் அடையாளம்தான் பியூரர்.

ஹிட்லர் பியூரர் ஆன பின்னர் அரசியல் சட்டம், பாராளுமன்றம் என அனைத்தும் செயலிழந்து போனது. உத்தரவுகள், கட்டளைகளுக்கு அடிபணிந்து நடப்பது மட்டுமே அதிகாரிகள் பொதுமக்களின் கடமையாக ஆனது.

1933ல் ஆட்சிக்கு வந்த ஹிட்லர் 1945 இரண்டாம் உலகப் போரின் முடிவு வரை பதவியில் இருந்தார். 12 ஆண்டுகள் ஆட்சியில் இருந்த ஹிட்லர் தான் ஆட்சிக்கு வருவதற்கு முன்பே திட்டமிட்டு கட்சிக்குள்ளும் வெளியிலும் தன் எதிரிகளை அழித்தொழிக்கும் வேலைகளை முடுக்கி விட்டார். 1933 கோடைகாலத்தில் நாஜி கட்சி தவிர அனைத்துக் கட்சிகளையும் தடை செய்தார். அடுத்த ஆண்டே ஹிட்லருக்கு அதிகாரத்தைக் கைமாற்றிக் கொடுத்த ஹிண்டன்பர்க்கின் மரணத்தின் பின்னர் தன்னைத் தலைவராக (ஃப்யூரர்) ஆக அறிவித்துக் கொண்ட ஹிட்லர் உத்தரவுகள், ஆணைகள், கட்டளைகள் மூலம் நாட்டை ஆளும் அதிகாரத்தை முழுமையாகப் பெற்றார். கட்சியையும், ஆட்சியையும் தனது ராணுவப் படைகளையும் சுத்திகரிப்பு செய்ய முடிவெடுத்தார். ஒரு வேளை ஹின்டன்பர்க் மரணமடையாமல் இருந்திருந்தால் அவரையும் ஹிட்லரின் படைகள் கொன்றிருப்பார்கள்.

முதலாம் உலகப்போருக்குப் பின்னர் ஜெர்மனிக்குள் உருவான பொருளாதார அனர்த்தனம் சிறிய அளவில் திரண்டிருந்த நாஜிகளுக்கு உற்சாகத்தைக் கொடுத்தது. ஆனால் அந்த அவலம் அரசியல் ரீதியாகத் தங்களுக்கு ஒரு பிரகாசமான எதிர்காலத்தை வழங்கும் என நம்பினார்கள். 1019அக்டோபர் 16 அன்று ஹோப்ப்ரூஹவுஸ் பீர் ஹாலில் நாஜிகள் ஜெர்மன் தொழிலாளர் கட்சி என்ற பெயரில் பொதுக்கூட்டத்துக்கு அழைப்பு விடுத்தபோது அங்கு வந்தவர்கள் வெறும் 70 பேர்தான். இரண்டாவது கூட்டத்துக்கு சில நூறு பேர் வந்திருந்தனர் ஹிட்லரையும் நாஜிகளையும் தாக்க வந்த கம்யூனிஸ்டுகளும் கணிசமானோர் திரண்டிருக்க நாஜிகளுக்காக ஒரு ராணுவக் குழு அவர்களை எதிர்க்க வந்தவர்களைக் கடுமையாகத் தாக்கினர்.

அடுத்தடுத்த நாட்களில் கணிசமான அளவில் ஹிட்லர் கூட்டங்களுக்கு மக்கள் வரத் துவங்கினார்கள். அவலங்களுக்கு மத்தியில் கவர்ச்சிகரமான ஒரு அவலம் ஒன்றை மக்கள் ஆதரித்தனர். ஆனால் ஹிட்லரின் கருத்துகளுக்கும் நாஜிக் கட்சியின் பரவலுக்கும் கடும் எதிர்ப்பும் இருந்தது. அப்போது, ஹிட்லர் நாஜிக் கட்சிக்காகவும், தன்னுடைய பாதுகாப்புக்காகவும் படை ஒன்றை உருவாக்க

எண்ணினார். அதை நிறைவேற்றிக் கொடுத்தவர் ஹிட்லரின் நம்பிக்கைக்குரிய விசுவாசியும், நாஜிகளின் மூத்த தலைவருமான எர்னஸ்ட் ரோம். அவர்தான் ஸ்டர்மாப்டீலுங் படை (Sturmabteilung (SA) என்ற படையணியை நாஜிகளுக்காக உருவாக்கிக் கொடுத்தார்.

முழுமையான தாக்குதல் படையான எஸ். ஏ 1921காலப்பகுதியில் உருவானது. ஹிட்லர் ஆட்சிக்கு வருவதற்கு முன்பே ஜெர்மன் தொழிலாளர் கட்சியை ஹிட்லர் அபகரித்துக் கொண்டிருந்த காலத்திலேயே இந்தப் படை உருவாக்கப்பட்டது. அரசின் நேரடி அடக்குமுறை இந்தப் படைகள் மீது விழக்கூடாது என்பதற்காக இதை ஜிம்னாஸ்டிக் குழு அல்லது ஸ்போர்ட்ஸ் பிரிவு என்றே துவக்கத்தில் ஹிட்லர் அடையாளப்படுத்தினார்.

கடுமையான கம்யூனிச எதிர்ப்பாளரான எர்னஸ்ட் ரோம் ஹிட்லரின் கூட்டங்களை ஒழுங்குபடுத்தவும், கம்யூனிஸ்டுகளை எதிர்கொள்ளவும், இந்தப் படையைப் பயன்படுத்தினார். இரண்டு ஆண்டுகள் கழித்து அரசை கவிழ்க்கும் முனிச் கிளர்ச்சியில் ஹிட்லர் சிறைக்குச் சென்றபோது ஜெர்மன் குடியரசால் கட்சியும் இந்தப் படையும் தடைசெய்யப்பட்டது.

நாஜி எதிர்ப்பாளர்களுக்கு எதிரான இரக்கமற்ற வன்முறைகளை நடத்துவது. கோடீஸ்வரர்களை நாஜி ஆதரவாளர்களாக மாற்றுவது. ஹிட்லரின் தேர்தல் கூட்டங்களை ஒருங்கிணைப்பது என பிரமிக்கத்தக்க அளவு வளர்ந்த அந்த அமைப்பு நாஜிக் கட்சியின் ஒரே ராணுவ அமைப்பாக முதலில் இருந்ததால் எர்னஸ்ட் ரோமின் செல்வாக்கு கட்சிக்குள் வளர்ந்து சென்றது. அவர் தன்னிச்சையாகப் பல முடிவுகளை எடுக்கத் துவங்கினார். எர்னஸ்ட் ரோம் தன்னை மீறிச் செல்வதாக உணர்ந்த ஹிட்லர், ரோமைக் கண்காணிக்கத் தனி ரகசிய படையொன்றை அமைத்தார். ஆனால், துவக்கத்தில் சில நூறு பேருடன் துவங்கப்பட்ட இந்த அமைப்பு, ஹிட்லர் சிறைக்குச் சென்றுவந்த பின்னர் எண்ணிக்கையில் பெரிய அமைப்பாக வளர்ந்தது. ஹிட்லர் ஆட்சிக்கு வந்த போது ஜெர்மனியின் வெய்மர் குடியரசு ராணுவத்திற்கு இணையான எண்ணிக்கையோடு ஹிட்லரின் ராணுவப்படை இருந்தது.

ஹிட்லர் ஆட்சிக்கு வந்ததும் ஜெர்மன் ராணுவத்தோடு எஸ். ஏ படைப்பிரிவை இணைக்க விரும்பினார் எர்னஸ்ட் ரோம்.

ஹிட்லர் என்ற தனிப்பெரும் தலைவர் இருக்க எர்னஸ்ட் ரோம் தன்னையும் ஒரு தலைவராக உருவாக்க முயல்கிறார்

என்று ஹிட்லரிடம் ஹென்ரிச் ஹிம்லர் போன்றோர் போட்டுக் கொடுக்க அவரையும் அவரோடு தொடர்புடையவர்களையும் எஸ்.ஏ படைப்பிரிவுக்குள்ளும், கட்சிக்குள்ளும் களையெடுக்க விரும்பினார் ஹிட்லர். அகண்ட ஜெர்மனி என்ற கருத்தில் ஹிட்லருடன் இணைந்தாலும் அதை அடையும் வழிமுறைகளில் ஒவ்வொருவருக்கும் ஒரு விருப்பமும் தேவைகளும் இருந்தது. ஆனால் தமக்கு இணையான தலைவர்களாக, ஆளுமைகளாகப் பிறர் உருவாகி வருவதை ஹிட்லர் விரும்பவில்லை.

நாஜிக்கட்சியின் முக்கிய பிரமுகர்கள், ராணுவத் தலைவர்கள் எனப் பலநூறு பேர் கைது செய்யப்பட்டார்கள். அவர்கள் மீது நடத்தப்பட்ட விசாரணைகளில் அவர்கள் ரோம் மற்றும் பிரான்சின் கைக்கூலிகள் சோவியத் ஒன்றியத்தின் கைக்கூலிகள் என்று குற்றப்பத்திரிகை வாசிக்கப்பட்டது. ஹிட்லர் யாரை எல்லாம் கைது செய்தாரோ அந்த அதிகாரிகள் ஹிட்லரின் ஆரம்பகால அரசியல் நண்பர்கள் அவரது வளர்ச்சியில் பங்காற்றியவர்கள். ஹிட்லரை பதவிக்குக் கொண்டு வருவதற்காகப் பல தியாகங்களைச் செய்தவர்கள். அதில் முக்கியமானவர் *(Ernst Julius Günther Röhm)* எர்னெஸ்ட் ஜூலியஸ் குந்தர் ரோம். இவர் சுருக்கமாக எர்னஸ்ட் ரோம் என்றே அழைக்கப்பட்டார். பீர் ஹால் புட்ச் கலகத்தில் ஈடுபட்டு ஹிட்லரோடு கைதாகி சிறையில் இருந்தவர்தான் இந்த எர்னஸ்ட் ரோம். ஜெர்மன் தொழிலாளர் கட்சியை ஹிட்லர் கைப்பற்றும் நடவடிக்கையிலும் அவருக்குப் பெருந்துணையாக இருந்தவர். ஹிட்லர் பிராதன எதிரியாகக் கருதிய கம்யூனிஸ்டுகளை வேட்டையாடுவதில் கை தேர்ந்தவராக இருந்தார். ஆனால், *SA* படையினர் ஒழுங்கீனமாக இருந்ததாகவும் அவர்கள் ஜெர்மன் ஆரியர்களிடமே கொள்ளையடிக்கத் துவங்கியதாகவும் ஓரினச் சேர்க்கையில் ஈடுபடுகிறவர்களாக இருந்ததாகவும் ஏராளமான குற்றச்சாட்டுகள் கண்காணிப்பு படைகளால் ஹிட்லரின் மேஜையில் குவிக்கப்பட்டன. எர்னஸ்ட் ரோம் ஓரினச்சேர்க்கை நாட்டம் கொண்டவர் என்பதை ஏற்கனவே அறிந்திருந்த ஹிட்லர் *SA* படைப்பிரிவு தனி ஒரு புரட்சிக்குத் தயாராகிவிட்டதாக நம்பி அச்சம் அடைந்தார்.

பீர்ஹால் புட்ச் நடவடிக்கையின்போது கைது செய்யப்பட்ட ஹிட்லர் சுமார் ஒன்பது மாதங்கள் சிறையில் இருக்கிறார். எர்னஸ்ட் ரோம் ஜாமீனில் வெளியில் வந்து நாஜி கட்சிக்காக ஃபிரண்ட்பேன்*(Frontbann)* என்ற புதிய படையணியைக் கட்டுகிறார்.

இது லூட்ஸே, கோரிங், ஹென்றிச் ஹிம்லர் போன்றவர்களுக்கு எரிச்சலை உருவாக்குகிறது. அவர்கள் எர்னஸ்ட் ரோமுக்கு எதிராகத் தொடர்ச்சியாக ஹிட்லரிடம் முறையிட்டதால் ஃபிரண்ட்பேன் படை உருவாக்கம் தொடர்பாகக் கட்சிக்குள் ஹிட்லருக்கும் எர்னஸ்ட் ரோமுக்கும் இடையில் கடுமையான கருத்து மோதல் உருவாகிறது. 1930ஆம் ஆண்டில் எர்னஸ்ட் ரோமின் உறவினர்களைப் படையில் இருந்தும் கட்சியில் இருந்தும் களையெடுக்கிறார்.

எர்னஸ்ட் ரோம் போன்ற தலைவர்கள் இருந்த இடத்தில் கோயபல்ஸ், ஹென்றிச் ஹிம்லர் போன்றோர் கொண்டுவரப்பட, அவர்கள் எர்னஸ்ட் ரோமை ஹிட்லரிடம் இருந்து தனிமைப்படுத்தியதோடு அவர்களை வேட்டையாடவும் ஹிட்லரை தூண்டினார்கள். தனது அரசியல் எதிரிகள், போட்டியாளர்கள், நம்பிக்கையற்றவர்களைக் களையெடுக்கவும் அழித்தொழிக்கவும் 1934இல் நீண்ட கத்திகளின் இரவு திட்டத்தைத் துவங்கினார்... ஹிட்லரின் ஆரம்ப காலம் முதல் ஆட்சிக்கு வரும் வரை கூடவே வந்த எர்னஸ்ட் ரோம் உட்பட 200 நாஜிக் கட்சியினர் கொல்லப்பட்ட பின்னர் எஸ். ஏ படைப்பிரிவோடு கூடுதலாகச் சில ரகசிய படைப்பிரிவுகளை உருவாக்கினார்.

ஹிண்டன் பர்க்கின் மரணத்தின் பின்னர் 1933இல் நாஜிக்கள் ஜெர்மன் அதிகாரத்தைக் கைப்பற்றிய உடன் ஹிட்லருக்கும் எர்னஸ்ட் ரோமுக்குமான உறவு முழுக்க கசக்கத் துவங்கியது. நாஜிகளின் அரசையும் தனது அதிகாரத்தையும் கேள்விக்கிடமின்றி ஏற்போரால் மட்டுமே தாம் நீடித்திருக்க முடியும் என நம்பிய ஹிட்லர் தன்னைத் தற்காத்துக்கொள்ள அரசியல் போட்டியாளர்களை அழித்தொழிப்பது அவசியம் எனக் கருதியது.

SA படைப்பிரிவை வைத்திருப்பது தன் உயிருக்கும் அதிகாரத்துக்கும் அச்சுறுத்தல் எனக் கருதிய ஹிட்லர் அதைக் கைவிட்டார். SS என்ற ராணுவக் குழு உருவான பின்னர், அதிகாரம் தன் கைக்கு முழுமையாக வந்ததும் “துரோகிகளும் ஒழுங்கீனமானவர்களும் அழித்தொழிக்கப்படுவார்கள்” என்று ஹிட்லர் வானொலியில் பேசினார். “சமூகத்தைத் தூய்மையாக்க சீர்திருத்தம் அவசியம். சுத்தம் செய்ய வேண்டியிருக்கிறது” என்றார் கோயபல்ஸ். அடிக்கடி இந்தப் பிரச்சாரங்கள் முன்னெடுக்கப்பட்டபோது ஆரிய மக்களும் நாஜிகளும் இது ஏதோ யூதர்களுக்கு எதிரான நடவடிக்கை என்றே நம்பினார்கள். ஆனால். உண்மையில் ஹிட்லர் தன் கைக்கு வந்துள்ள அதிகாரத்தை நிலையாகத் தக்க வைத்துக் கொள்ளவும், அகண்ட ஜெர்மனி என்ற கனவை நோக்கி நகரவும் தடையாகவோ, போட்டியாளர்களாகவோ

உள்ள சக தலைவர்களை நாஜிக் கட்சிக்கு உள்ளேயும் வெளியேயும் ஒழித்துக்கட்ட தீர்மானித்தார்.

இந்த முரண்பாடுகள் அதிகரிக்கத் துவங்கிய போதே ஹிட்லரின் விசுவாசிகள் எஸ்.எஸ் என்ற அதி உயர் பாதுகாப்புப் படையைத் தனியாக உருவாக்கி விட்டனர். SA அதிகாரியாக இருந்த எர்னஸ்ட் ரோம் உட்பட SA அதிகாரிகள் SS படைப்பிரிவுகளால் கைது செய்யப்பட்டனர்.

எர்னஸ்ட் ரோம் கொடிய எதிரியாகவும் ஒழுங்கீனமான ஓரினச்சேர்க்கையாளர் என்றும் இகழப்பட்டார். ஹிட்லரின் விசுவாசிகளான ஹெர்மன் கோரிங், எர்னஸ்ட் ரோம் இருந்த இடத்திற்கு ஹென்ரிச் ஹிம்லரை கொண்டு வந்தார். ஹிட்லரின் விசுவாசிகளாக மாறிப்போன இருவரும் ஹிட்லருக்கு எதிராக சதிப்புரட்சி நடத்த பிரான்ஸ் நாட்டிடம் இருந்து 12 மில்லியன் நிதியை எர்னஸ்ட் ரோம் பெற்றார் எனப் போலி ஆவணம் தயாரித்தனர்.

எர்னஸ்ட் ரோம் மீது சுமத்தப்பட்ட குற்றச்சாட்டுகள் சுத்திகரிப்பு நடவடிக்கை எனப்பட்டது. ஒழுக்கம் தொடர்பாக எடுக்கப்பட்ட சுத்திகரிப்பு நடவடிக்கை என நம்பவைக்கப்பட்டார்கள். இதுவரை சுத்திகரிப்பு என்ற ஹிட்லரின் கொள்கை யூதர்களுக்கு மட்டுமே என்பதை அறிந்திருந்த நாஜி அதிகாரிகள் நம்மையும் ஹிட்லர் அசுத்தமானவர் என நினைக்கிறார் நம்மையும் சுத்திகரிக்க நினைக்கிறார் என்பதை அறிந்தபோது அவர்களால் தப்பமுடியவில்லை. ஆனால் அந்த நாஜி ஜோதியில் அவர்கள் ஒன்று கலப்பதை தவிர வேறு வழியில்லை.

அன்றைய அலுவல்படி பெர்லின் செல்லவேண்டிய ஹிட்லர் முனிச்சில் உள்ள பிரவுன் ஹவுஸுக்குச் சென்றார். அதுதான் SA படைப்பிரிவின் தலைமையகமாக இருந்தது. அங்கிருந்து பிரச்சாரத்துறை அமைச்சர் கோயபல்ஸ் மற்றும் கோரிங்கை தொடர்புகொண்டு 'Kolibri' என்ற செய்தியை அனுப்பினார். அது "ஆபரேஷன் ஹமிங்பேர்ட்" என்ற வேட்டை துவங்கியதை அறிவித்தது.

அந்தத் திட்டத்திற்கு Night of the Long Knives (நீண்ட கத்திகளின் இரவு) என்று பெயர் வைத்தனர். இன்னொரு குறிப்பில் 'ஆபரேஷன் ஹமிங்பேர்ட்' என்றும் இந்த அழித்தொழிப்பு திட்டத்தின் பெயராகப் பதிவாகி இருக்கிறது. ஹம்மிங்பேர்ட் Hummingbird

என்ற வார்த்தையை ஒரு சங்கேத வார்த்தையாக ஹிட்லர் ஆட்சிக்கு வந்த துவக்கத்தில் பயன்படுத்துகிறார். பின்னர் கட்சிக்குள் தனது எதிரிகளை அழிக்கும் திட்டத்திற்கு அந்தப் பெயரைச் சூட்டினார். இந்த அழித்தொழிப்பு நடவடிக்கைக்குப் பொறுப்பாளர்களாகத் தனது நம்பிக்கைக்குரிய விசுவாசிகளான ஹென்ரிச் ஹிம்லர், கோரிங், விக்டர் லூட்ஸே, உள்ளிட்ட ராணுவ அதிகாரிகளை நியமித்து அந்தப் பணியை அவர்களிடம் ஒப்படைத்தார் ஹிட்லர்.

1934ஆம் ஆண்டு ஜூன் 30ஆம் தேதி முதல் ஜூலை 2ஆம் தேதிவரை முன்னெடுக்கப்பட்ட நீண்ட கத்திகளின் இரவு திட்டத்தில் கைது செய்யப்பட்டவர்களில் பெரும்பான்மையானோர் தப்பவில்லை. சுமார் 200 பேர் ஹிட்லரின் ராணுவத்தால் கொல்லப்பட்டார்கள். நாஜி அதிகாரி கிரகோர் ஸ்ட்ராசர், முன்னாள் ராணுவ ஜெனரல் கார்ட் வான் ஷ்லீச்சர், முன்னாள் அரசுத்துறை செயலாளர்கள், எட்கர் ஜங் என மிக மிக முக்கிய அதிகாரிகள் அனைவரும் கொல்லப்பட்டார்கள். இந்தக் கொலைத் திட்டத்தில் கொல்லப்பட்டவர்களின் எண்ணிக்கை சரியாக எவ்வளவு என இன்று வரை கணிக்க இயலவில்லை. பல குறிப்புகளில் ஆயிரம் பேர் வரை கொல்லப்பட்டிருக்கலாம் என்கிறார்கள். ஆனால் இவர்கள் அனைவரும் நாஜிக் கொள்கையை நம்பியவர்கள் ஹிட்லரை அரசியல் அரங்கில் ஒரு ஹிரோவாக வளர்த்தெடுத்தவர்கள் இவர்களே!

முனிச் மற்றும் பெர்லின் என ஹிம்லரின் கொலைப்பட்டியலில் இருந்தவர்களை எஸ்.எஸ் படைப்பிரிவினர் தேடித் தேடி கொலை செய்தனர். இந்தக் கொலைகள் மிக திட்டமிட்டு உருவாக்கப்பட்டது. ஒவ்வொரு குழுவிலும் ஐந்து ராணுவத்தினர் மட்டுமே இருந்தனர். நூற்றுக்கணக்கான இந்தக் குழுக்கள் தங்கள் பணியைக் கச்சிதமாக முடிக்கவும் அதைத் தங்களின் கட்டளை அதிகாரிகளுக்குச் சொல்லி கணக்கை முடித்ததும். அந்தக் குழுவினரின் தடயங்கள் அனைத்தும் அழிக்கப்பட்டுவிடும். அந்தக் கொலைகள் அனைத்தும் சாட்சியமற்ற கொலைகளாக அரங்கேறின.

பவுல் வோன் ஹின்டென்பெர்க் அரசில் ஜெனரலாக இருந்த கர்ட்வோன் ஷ்லீச்சர் மற்றும் அவரது எலிசபெத் ஆகியோர் பெர்லின் புறநகரில் இருந்த அவர்களது வீட்டில் வைத்து சுட்டுக் கொல்லப்பட்டனர். ஜெர்மன் போக்குவரத்துத்துறையின் இயக்குநரான டாக்டர் எரிச் கிளாஸனர் பெர்லினில் உள்ள அவரது வீட்டில் வைத்துக் கொல்லப்பட்டார். ஜெனரல் ஃபெர்டினண்ட் வான் ப்ரெட்டோ, ஷ்லீச்சரின் உதவியாளர், அவர்களின் வீட்டு

வாசலில் வைத்துக் கொல்லப்பட்டனர். 1924ஆம் ஆண்டு ஹிட்லரின் தேசத்துரோக விசாரணையில் முக்கிய வழக்கறிஞரான குஸ்டாவ் வான் ஹெர், முனிச்சிற்கு வெளியே புதிதாகத் திறக்கப்பட்ட டச்சாவ் வதை முகாமுக்கு அருகிலுள்ள சதுப்பு நிலத்தில் வைத்துக் கொலை செய்யப்பட்டார்.

ஹிட்லரின் குடும்ப நண்பரான அருட்தந்தை பெர்ன்ஹார்ட் ஸ்டெம்ஃபிள், ஹர்லாச்சிங்கிற்கு அருகிலுள்ள காட்டில் வைத்துக் கொல்லப்பட்டார். துணை அதிபர் பிரான்ஸ் வான்பேப்பனின் உதவியாளர் ஜெர்பர்ட் வான் போஸ் பெர்லினில் உள்ள அவரது அமைச்சக கட்டடத்தின் அலுவலக மேசையில் வைத்து 11 முறை சுட்டுக் கொல்லப்பட்டார். ஹிட்லரின் அரசியல் போட்டியாளரான ஓட்டோ ஸ்ட்ராஸரின் சகோதரர் கிரிகோர் ஸ்ட்ராஸர், பெர்லினில் உள்ள கெஸ்டபோ சிறைச்சாலையில் வைத்து சுட்டுக் கொல்லப்பட்டார்.

ஆபரேஷன் ஹமிங்பேர்டில் ஒவ்வொரு 20 நிமிடங்களுக்கும் ஒருவர் கொல்லப்பட்டார்கள். அவர்கள் ஹிட்லரின் முன்னாள் நண்பர்களாகவோ, நாஜி உறுப்பினர்களாகவோ, அரசியல் எதிரிகளாகவோ, நாளை தனக்கு எதிராகத் திரும்பக் கூடியவர்கள் என்றோ ஹிட்லரால் ஏவப்பட்டு ஹென்ரிச் ஹிம்லரின் எஸ். எஸ் படைகளால் கொல்லப்பட்டார்கள். எஸ். ஏ படைப்பிரிவின் உறுப்பினர்கள் எட்மண்ட் ஸ்மித், ஹான்ஸ் வான் ஸ்ப்ரீடி-வெயில்பாக், ஹான்ஸ் வான் ஹெய்டெப்ரெக் மற்றும் ஹான்ஸ் ஹெய்ன் ஆகியோர் தொடங்கி; சிறை முற்றத்தில் மரணதண்டனையும் நிறைவேற்றப்பட்டது. ஒவ்வொரு முறை மரண தண்டனை நிறைவேற்றப்படுவதற்கு முன்பும் “உங்களுக்குத் துரோகம் செய்ததற்காக ஃபியூரர் மரண தண்டனை விதித்துள்ளார். வணக்கம் ஹிட்லர்!” என்றே ஆபரேஷன் ஹமிங்பேர்ட் நிறைவேறியது.

பெர்லினுக்கு தென் கிழக்கே 20 மைல் தொலைவில் உள்ள லிக்டர்ஃபெல்டில் (Lichterfelde Barracks) நவீனமானதும் மதிப்பு மிக்கதுமான ராணுவ அகாடமி ஒன்றை கட்டுவதற்காக 93 ஏக்கர் நிலத்தை 1873ஆம் ஆண்டு செல்வந்த தொழிலதிபர் ஹோஹன் வில்ஹெல்ம் பிரஷ்ய அரசாங்கத்துக்கு வழங்கினார். அங்கு அதி நவீன ராணுவ அகாடமி அமைக்கப்பட்டது. முதலாம் உலகப்போருக்குப் பின்னர் வெய்சாய்ஸ் உடன்படிக்கை அந்த இராணுவப் பள்ளியை மூடவேண்டும் என்று நிபந்தனை விதித்தது அதை ஏற்றுக்கொண்ட ஜெர்மனி அந்த ராணுவப் பள்ளியை மூடியது.

ஹிட்லர் எழுச்சிக்குப் பின்னர் அந்த ராணுவ அகாடமி நாஜிகளின் சித்திரவதை முகாமாகிப்போனது. கைது செய்யப்பட்ட நாஜிக் கட்சி உறுப்பினர்களும் ஹிட்லரின் பாதுகாப்புக்காக உருவாக்கப்பட்ட எஸ். ஏ படைப்பிரிவு வீரர்களும் என சுமார் 150 பேர் அங்குள்ள ரகசிய பாதாள அறைக்குள் அடைத்து வைக்கப்பட்டனர். பின்னர் அவர்கள் நால்வர் நால்வராக வெளியில் கொண்டு வரப்பட்டு குறிபார்த்து சுடும் பயிற்சிக்காக அவர்களின் மார்புக் காம்புகளைக் கருப்பு மையால் வட்டமிட்டு மிகக் கொடூரமாகச் சுட்டுக் கொல்லப்பட்டனர். நாஜி பயங்கரவாதத்தின் கொடிய அடையாளமாக மாறிப்போன கெஸ்டபோ தலைமையகத்தில் முழு நேரமும் ஆபரேஷன் ஹமிங்பேர்ட் பயங்கரத்தை கண்காணிக்க அமர்ந்திருந்த கோரிங், கோயபல்ஸ், ஹிம்லர் ஆகியோருக்கு முனிச் மற்றும் பெர்லினில் இருந்து தகவல்கள் வந்துகொண்டே இருந்தன. கைது செய்யப்பட்டார், சுடப்பட்டார் என எஸ்.எஸ் படைப்பிரிவினர் தகவல் கொடுக்க கொடுக்க ஹிம்லர் தன் கைகளில் இருந்த பட்டியலில் அவற்றை டிக் செய்துகொண்டிருந்தார்.

இந்தக் கொலைகளில் சுமார் ஆயிரம்பேர் வரை கொல்லப் பட்டிருக்கலாம் என்கிறது வரலாறு. இந்தக் கொலைகளிலேயே அனைவரையும் அதிர்ச்சிக்குள்ளாக்கியது ஏர்னஸ்ட் ரோமின் கொலைதான். காரணம் அவர் ஹிட்லரின் நம்பிக்கைக்குரிய விசுவாசியாக இருந்தார். ஹிட்லருக்காக ஏஸ். ஏ படைப்பிரிவு உருவாக்கினார். ஹிட்லருக்காக சிறை சென்றார். ஹிட்லர் அழுத போது அழுதும், ஹிட்லர் சிரித்த போது சிரித்தும் ஒரு முழு நாஜியாகவே வாழ்ந்த எர்னஸ்ட் ரோம் ஹிட்லராலேயே சிறைவைக்கப்பட்டார்.

மரணதண்டனை கைதியாக ஸ்டேடல்ஹெய்ம் சிறைச்சாலையில் அடைக்கப்பட்டிருந்தார். எர்னஸ்ட் ரோமுக்கான மரணதண்டனையை நிறைவேற்றுவதில் ஹிட்லர் தயக்கம் காட்டியதாகவும் கோரிங், ஹிம்லர், கோயபல்ஸ் ஆகியோர் எர்னஸ்ட் ரோமை கொல்வதன் அவசியத்தைச் சொல்லி தண்டனையை உறுதி செய்தனர் என்றும் சில பதிவுகள் உள்ளன. எர்னஸ்ட் ரோம் ஹிட்லருக்கு மிக நெருக்கமாக இருந்தார். அவருக்கு மரண தண்டனை தீர்ப்பு வழங்கப்பட்ட பின்னர் அவரை உடனடியாகக் கொல்லவில்லை. அவருக்கு ஒரு சிறந்த வாய்ப்பை ஹிட்லர் வழங்கினார். அவருக்கு ஒரு துப்பாக்கியைக் கொடுத்து தன்னைத் தானே சுட்டுக் கொள்ளுமாறு வாய்ப்பை வழங்கினார்கள். அவர் மறுத்துவிட்டார். “என்னைக் கொல்வதென்று

முடிவெடுத்துவிட்ட பின்னர் ஹிட்லரே என்னைக் கொல்லட்டும்" என்றார். பின்னர் 1934ஜூலை-1ஆம் தேதி எர்னஸ்ட் ரோம் வதை முகாமில் வைத்துக் கொல்லப்பட்டார். அப்போது அவருக்கு வயது வெறும் 46.

நீண்ட கத்திகளின் இரவு என்ற அந்த அழித்தொழிப்பு நடவடிக்கைக்குப் பின்னர் நாஜி ஜெர்மனில் ஹென்ரிச் ஹிம்லர் சக்தி மிக்கத் தலைவராக உயர்ந்த பின்னர் அவர் நாஜிக் கட்சியையும் நாஜி ராணுவத்தையும் இணைக்க முயன்றார். அதற்கு முன்னர் இருந்த எஸ்.ஏ மற்றும் எஸ்.டி போன்ற ராணுவ அமைப்புகளுக்கு மத்தியில் மூன்றாவதாக எஸ்.எஸ் எனப்படும் சூத்ஸ்டாஃபெல் Schutzstaffel என்ற படையை 1925ஆம் ஆண்டு ஏப்ரல் 4ஆம் தேதி நாஜிக் கட்சியினர் துவங்கினார்கள். எஸ்.எஸ் என்ற இராணுவ அமைப்பை சர்வ அதிகாரமும் பொருந்திய அமைப்பாக உருவாக்கி அதன் கீழ் ஏனைய இரண்டு ராணுவ அமைப்புகளையும் கொண்டு வந்தார்.

இந்த அமைப்பு, துவக்கத்தில் ஜெர்மன் எல்லைகளைப் பாதுகாக்கும் ஊர்க்காவல்படைபோலச் செயல்பட்டது. பின்னர் இது நாஜிக் கட்சி தலைவர்களைப் பாதுகாப்பது, நாஜிகளின் அரசியல் கூட்டங்களுக்குப் பாதுகாப்பளிப்பது, நாஜி செய்தி இதழுக்கு சந்தா சேர்த்துக் கொடுப்பது, கூட்டங்களுக்குத் தொண்டர்களை ஒருங்கிணைப்பது போன்ற வேலைகளையே செய்து வந்தது. ஆனால் இந்த அமைப்பு ஹிட்லரை பாதுகாப்பதில் பல சாகசங்களைச் செய்ததால் ஆட்சிக்கு வந்த உடன் இந்த எஸ்.எஸ் அமைப்பை ஒரு சுயாதீனமான அமைப்பு என அறிவித்தார் ஹிட்லர். இனத் தூய்மை, விசுவாசத்தோடு கட்டி எழுப்பப்பட்ட இந்த அமைப்பு எதிர்கால ஜெர்மனியின் வாழ்வுக்காகவும், மகத்துவத்திற்காகவும் அதிக அதிகாரம் பொருந்தியதாக இருந்தது. இதன் தலைவராக இருந்த ஹென்ரிச் ஹிம்லர் நேரடியாக ஹிட்லரிடம் இருந்து உத்தரவுகளைப் பெற்று நிறைவேற்றுகிறவராக இருந்ததால் பிற அனைத்து அமைப்புகளும், அதிகாரிகளும் ஹிம்லரிடமும் பணிவு காட்டினார்கள். ஹிட்லர் மிகக் குறுகிய காலத்தில் 60 லட்சம் யூதர்களைக் கொன்றொழிக்கக் காரணமாகவும் இந்த அமைப்பு இருந்தது.

அரசையும் அதன் சிவில் அலகுகளையும் ஒருங்கிணைத்தது. அதற்காக ஹிட்லர் அரசுக்குள்ளும், கட்சிக்குள்ளும் நடத்திய கொலைகள். அதன் முக்கிய அமைப்பாக இருந்தது எஸ். டி எனப்படும் தி சிச்சர்ஹெய்ட்ஸ் டியன்ஸ்ட் SD (Sicherheitsdienst) இந்த உளவு அமைப்பு ஹிட்லர் ஜெர்மன் அரசியலில் உருவாகி

வளர்ந்த காலத்தில் தோற்றுவிக்கப்பட்டது. ஹிட்லரின் ராணுவப் படைகளிலேயே இனப்படுகொலைக்கான நவீன பொறிமுறைகளை உருவாக்கிக் கொடுத்த ஹென்ரிச் ஹிம்லரின் தலைமையில் இயங்கிய இந்தப் படை நாஜிக் கட்சியின் துணை ராணுவ அமைப்பாகவும் செயல்பட்டது. 1931ஆம் ஆண்டு துவங்கப்பட்டாலும் 1932ஆம் ஆண்டு இதில் முழுநேர ஊழியர்களாக வெறும் 33 பேர் மட்டுமே இருந்தனர். 1934ஆம் ஆண்டில் 850 முழுநேர ஊழியர்களாக இருந்த அதன் எண்ணிக்கை. ஆறு மடங்கு அதிகரித்துச் சென்றது. பிற ராணுவக் குழுக்களில் இணைவதுபோல இந்த ரகசிய உளவு அமைப்பில் எவரும் இணைந்துவிட முடியாது. நன்கு படித்த அறிவியலாளர்கள், மருத்துவர்கள், பொறியாளர்கள், சட்டம் படித்தவர்கள், ஊடகவியலாளர்கள் என 30-வயதுக்குட்பட்ட இளைஞர்களை மட்டுமே இந்த அமைப்பில் இணைத்தார்கள். இவர்களுக்கு வெவ்வேறு திட்டங்களை வகுத்துக் கொடுத்தார் ஹிம்லர். ஆரியர்கள் உலகில் எங்கெங்கு வாழ்கிறார்கள். அவர்களின் நிலை என்ன? யூதர்கள் ஆரியர்களிடம் இருந்து மரபணு ரீதியாக எப்படி வேறுபடுகிறார்கள் என்பதை ஆய்வுசெய்ய தனி மருத்துவக்குழு இயங்கியது. உச்சகட்டமான நாஜிக் கட்சிக்கு உள்ளேயும் வெளியேயும் உளவு பார்த்து ஆவணங்களை உருவாக்குவதே இவர்களின் பணி. ஹிட்லரின் வாழ்வோடு பயணித்த பலரது வாழ்க்கையை முடிவுக்குக் கொண்டு வந்ததில் எஸ்.டி அமைப்பின் பங்கு முக்கியமானது. கொல்லப்பட வேண்டியவர்களின் பட்டியலை தயாரிப்பதுதான் இவர்களின் வேலை. முதலாவது அமைப்பான எஸ்.ஏ அமைப்பின் எர்னஸ்ட் ரோம் உட்பட நூற்றுக்கணக்கானோர் கொல்லப்பட எஸ்.டி அமைப்பே அதன் பொறுப்பை ஏற்றுக்கொண்டது. உட்கட்சிக்குள் நடந்த இந்த அழித்தொழிப்பு நடவடிக்கைக்குப் பின்னர் ஹென்ரிச் ஹிம்லர் ஹிட்லரின் நன்மதிப்பு பெற்ற ராணுவ தலைவராக உயர்ந்தார்.

பாசிசம் திவீரமான ஒற்றைத் தலைமையைக் கோரி நிற்கிறது. சட்டம், நீதியை விட உத்தரவுகளை நிறைவேற்ற ஒரு படையும், உத்தரவுகளுக்குக் கீழ் படிந்து நடக்கும் மக்கள் கூட்டமுமே அவர்களுக்குத் தேவை. கலவரம் செய் என்றால் ஊரை எரியவிட வேண்டும். கோஷமிடுங்கள் என்றால் வாழ்க ஒழிக கோஷமிட வேண்டும். ஹிட்லர் ஆட்சிக்கு வந்ததும் அதையே செய்துமுடித்தார். ஆனால் அதன் பின்னர் ஜெர்மனிக்குள் பேசவோ கேள்வி கேட்கவோ எவரும் இல்லாமல் போயினர். ஒரு முழுமையான நாஜி அரசை சர்வ அதிகாரத்தோடு ஜெர்மனியில் நிறுவினார் ஹிட்லர்.

4

இனவெறியை பொதுப்புத்தி ஆக்கிய நாஜிகள்

“சொர்க்கத்தையே மக்களுக்கு நரகமாகக் காட்டமுடியும். துயர்மிக்க வாழ்வை சொர்க்கமாக வழங்க முடியும் என்பதை யூதர்கள் மட்டுமே அறிந்திருந்தனர்”

– ஹிட்லர்.

தனது இளம் வயதில் ஆரிய இனம் பற்றிய ஒளியை ஆஸ்திரியாவில் தன் இளம் வயதில் பெற்றுக்கொண்ட ஹிட்லர். ஜெர்மனியை நாஜி அரசியல் வழி மூலம் ஆரிய இறையாண்மை கொண்ட தேசமாக மாற்றுவதில் வெற்றி பெற்றார். சமூகத்தளத்திலும், நாஜிக் கட்சி கூட்டங்களிலும், தேர்தல் பிரச்சார கோஷங்களாகவும் பேசப்பட்டு வந்த ஆரியமாக்கல் கொள்கையை மேன்மை மிகு ஜெர்மனியின் இறையாண்மையாக மாற்றும் பணிகளைத் துரிதமாக்கினார். ஆரியமயமாக்கல் இரண்டு கட்டங்களாக நடந்தன. 1933 முதல் 1938 கோடைகாலம் வரை ‘தன்னார்வ ஆரியமயமாக்கல்’ 1938 இலையுதிர் காலத்தில் இருந்து 1945 நாஜிகளின் வீழ்ச்சி வரை ‘கட்டாய ஆரியமயமாக்கல்’ இதை அரசு திட்டமாகவும் பொதுமக்கள் பங்கேற்கும் திட்டமாகவும் முன்னெடுத்தது நாஜி அரசு.

ஹிட்லர் துவங்கி வைத்த NGO அரசியல்!

தொழிலாளர் உரிமை, அடிமைகள் ஒழிப்பு, பெண்களுக்கு வாக்குரிமை, என நவீன முற்போக்குச் சிந்தனைகள் இடதுசாரிகளின் கிளர்ச்சிகளில் இருந்து

உருவாகும்போது அது முதலாளித்துவ கட்டமைப்புக்கு அச்சுறுத்தலாக அமைவதாக முதலாளித்துவம் நினைத்தது. சோவியத் ஒன்றியமும் கம்யூனிச சமுதாயத்தையும் பெரும் அச்சுறுத்தலாகக் கருதிய அமெரிக்க அய்ரோப்பிய நாடுகள் உருவாக்கியவைதான் NGO எனப்படும் அரசு சாரா தன்னார்வக் குழுக்கள்.

சர்வதேச செஞ்சிலுவைச் சங்கம் போன்ற அமைப்புகள் உருவானாலும் இரண்டாம் உலகப்போருக்குப் பின்னர்தான் ஐக்கிய நாடுகள் அவை NGO குழுக்களை உலகம் முழுக்க ஊக்குவித்து வளர்த்தது. வறுமை, மனித உரிமைகள், சுற்றுச்சூழல் பாதுகாப்பு மற்றும் பொது சுகாதாரம் என மக்கள் எதிர்கொண்ட நெருக்கடிகளைப் பேச தன்னார்வ நிறுவனங்கள் தோன்றின. இது அனைத்துமே இரண்டாம் உலகப் போருக்குப் பின்னர் உருவானவை. ஆனால் ஹிட்லர், முதலாம் உலகப்போருக்குப் பின்னர், தான் ஆட்சிக்கு வந்த உடனே ஆரியமயமாதல் கொள்கையை நடைமுறைப்படுத்த என். ஜி. ஓ வழிமுறைகளையே பின்பற்றினார்.

ஹிட்லர் நடைமுறைப்படுத்திய தன்னார்வலர் திட்டம் மூலம் ஆரியமயமாக்கல் என்பது பொதுமக்களை நாஜிக் கொள்கைத் திட்டத்திற்குள் நேரடி முழுநேர ஊழியர்களாக இணைப்பது. புனிதமான ஜெர்மன் தேசத்திற்கு நாம் பங்களிக்கிறோம் என்ற எண்ணத்தைப் பொது மக்களிடம் உருவாக்குவது. அதை இறுதித் தீர்வுக்குள் இணைப்பது எனத் தெளிவான திட்டங்களோடு முன்னெடுக்கப்பட்டது.

ஹிட்லர் பதவிக்கு வருவதற்கு முன்பே யூதர்களின் சொத்துகளைப் பறிமுதல் செய்யும் நடவடிக்கை துவங்கிவிட்டது. ஆனால் அவைகளுக்கு சட்ட ரீதியான எந்தப் பாதுகாப்புகளும் இருக்கவில்லை. மேலும் அவை கலவரங்கள் என்ற அளவில் சமூக அமைதியைக் குலைப்பதாக இருந்தது. ஆட்சிக்கு வந்தபின்னர் யூதர்களைச் சட்டத்தின் பாதுகாப்பில் இருந்தும் அரசு அலகில் இருந்தும் ஒழித்துக் கட்டும் முயற்சிகள் துவங்கின. அதுவும் தன்னார்வலர் திட்டங்களே பெரும்பங்காற்றின.

1933ஆம் ஆண்டு ஆட்சிக்கு, உடன் யூதர்களை கொன்றொழிக்கும் திட்டத்தை நாஜிகள் துவங்கவில்லை. பிரச்சாரங்களின் மூலம் யூத வெறுப்பை விதைத்து அவர்களைத் தனிமைப்படுத்தியிருந்த ஹிட்லர், அவர்களின் சொத்துகளை அபகரிக்கும் நோக்கத்தை முதன் முதலாக நடைமுறைப்படுத்தினார்.

1933 தொடக்கத்தில் ஜெர்மனியில் சுமார் 1 லட்சம் யூதர்களின் வணிக நிறுவனங்கள் இருந்தன. சில்லறை வணிகம், ஆயத்த ஆடை உற்பத்தி, காலணித் தொழில்கள், தொழில் நிறுவனங்கள், மருத்துவமனைகள், வழக்கறிஞர்களின் சேம்பர்கள், யூத இசைக்குழுவினர், யூத மருத்துவமனைகள் என எண்ணிலடங்கா யூதர்களின் தொழில் நிறுவனங்கள் பட்டியலிடப்பட்டன. யூதர்கள் எண்ணிக்கையில் சிறியவர்களாக இருந்தாலும் பெரும்பலான தொழில்களை அவர்கள் வைத்திருந்தார்கள். யூதர்கள் எங்கிருந்தாலும் தனித்த வழிபாட்டு முறைகளாலும், பண்பாட்டு பழக்கவழக்கங்களாலும் ஜெர்மன் பொதுச் சமூகத்தில் இருந்து தனித்து நின்றனர். இது நாஜிகளுக்கு அவர்களை வேறுபடுத்திக் காட்ட உதவியாக இருந்தது.

யூத வெறுப்பு முதலில் பரப்பப்பட்ட போது ஆரியர்கள் ஆரியர்கள் கடைகளிலேயே பொருட்களை வாங்கவேண்டும் என்றும், ஆரியர் தயாரிப்புகளையே ஆரியர்கள் வாங்கவேண்டும் என்றுதான் நாஜிகள் பிரச்சாரம் செய்தனர். ஆட்சிக்கு வந்தபின்னர் ஏராளமான வரிகளை யூத தொழில் நிறுவனங்களுக்கு விதித்த ஹிட்லர் அரசு, குறைந்த விலைக்கு ஆரியர்களுக்குப் பொருட்களை விற்குமாறு யூதர்களுக்குக் கட்டளையிட்டது. யூத நிறுவனங்களைக் கண்காணிக்கச் சமூகக் குழுக்களை உருவாக்கியது. நாஜிக் கட்சியினரையும் அவர்களது துணை அமைப்புகளைச் சார்ந்தவர்களையும் கண்காணிப்புக் குழுவில் சேர்த்தபோது யூதர்களால் எந்தத் தொழில்களையும் செய்யமுடியவில்லை. யூதர்கள் அவர்களின் தொழிலில் இருந்து வெகு வேகமாக அப்புறப்படுத்தப்பட்டார்கள். பல கடைகள் சூறையாடப்பட்டது. அவர்களின் சொத்துகளில் பெரும்பாலானவற்றை ஜெர்மன் ராணுவத்தினரும், நாஜிக் கட்சியினரும் எடுத்துக் கொண்டார்கள்.

போலந்தை ஆக்கிரமிக்க விரும்பிய ஹிட்லர், ஆயுத உற்பத்திக்கான நிதியை யூதர்களின் சொத்துகளில் இருந்து திரட்டினார். ஹிட்லரின் நம்பிக்கைக்குரிய விசுவாசியான ராணுவ அதிகாரி ஹெர்மன் கோரிங் தலைமையில் இந்தத் திட்டத்திற்காகத் தனி அணி உருவாக்கப்பட்டது. ஜெர்மனிக்குள் இனி வாழ முடியாது என உணர்ந்த யூதர்கள் ஜெர்மனைவிட்டு வெளியேற முயன்றனர். அமெரிக்கா, பிரான்ஸ், உள்ளிட்ட வெவ்வேறு தேசங்களுக்குத் தஞ்சம் தேடிச் செல்ல முற்பட்டனர் அப்படிச் செல்ல விரும்பிய யூதர்களுக்குத் தனி வரியை விதித்தார் ஹிட்லர். அப்படி விதிக்கப்பட்ட பல வரிகளுள் புகழ்பெற்ற வரியாக இருந்தது விமான வரி *(Reich Flight Tax)*

வெளிநாடுகளுக்கு விமானத்தில் தஞ்சம் தேடிச் செல்லும் யூதர்களுக்கு விதிக்கப்பட்ட வரிதான் இது. ஓரளவு பண வசதி உள்ள யூதர்கள் அனைத்தையும் இழந்துவிட்டு நிர்கதியாக வெளிநாடுகளுக்குத் தப்பிச் சென்றார்கள். பெரும்பாலும் சொத்துகள், கையிருப்புகளை இழந்த யூதர்கள் கால் நடையாக வெளியேறி பல அய்ரோப்பிய நாடுகளின் எல்லையோர பனிக்காடுகளிலும், பனியாறுகளிலும் சிக்கி மடிந்தார்கள். பட்டினியாலும், நோயாலும் அவர்கள் மரித்துப் போகும் படியாகவே அந்தச் சூழலை பியூரர் ஹிட்லர் உருவாக்கியிருந்தார்.

பல யூத பெற்றோர்கள் தங்களின் இளம் வயது குழந்தைகளை முதலில் நாட்டை விட்டு வெளியேற்றினார்கள். அப்படித் தன் பிள்ளையாவது பிழைத்துக் கொள்ளட்டும் என்று ஜெர்மனியில் இருந்து அனுப்பப்பட்ட சிறுவன்தான் ஹெர்ஷல் க்ரின்ஸ்பன் (Herschel Grynszpan). போலந்து யூதர்களான க்ரின்ஸ்பனின் குடும்பம் 1911ஆம் ஆண்டு முதல் ஜெர்மனியில் வசித்து வந்தது. க்ரின்ஸ்பன் பிரான்சுக்குத் தப்பிச் சென்ற நிலையில் அவனது பெற்றோர்களை நாஜி ராணுவம் வெளியேற்றியது. அவர்கள் தாங்கள் எங்கிருந்து வந்தார்களோ அதே போலந்துக்குத் திரும்பிச்செல்ல முயன்றனர். ஜெர்மனில் இருந்து துரத்தப்பட்டு வெளியேறிய பல நூறு யூதக் குடும்பங்களைப் போலந்து ஏற்றுக் கொள்ளவில்லை. அவர்கள் போலந்து-ஜெர்மன் எல்லையில் ஒரு கண்காணிப்பு அகதி முகாமில் சிக்கி அவதியுற்றனர். தன் பெற்றோரின் நிலையறிந்த க்ரின்ஸ்பன் தனது குடும்பத்திற்கு ஹிட்லரால் நேர்ந்த அவலத்தை எண்ணி கவலையடைந்தான். சட்ட விரோத குடியேறியான அவனையும் பிரான்ஸ் ஏற்றுக் கொள்ளவில்லை.

ஏன் தானும் தனது குடும்பமும் நாடற்றவர்கள் ஆனோம்? ஏன் இந்தத் துன்பம் எனக் கவலையும் விரக்தியும் அடைந்தவன், பிரான்ஸில் இருக்கும் ஜெர்மன் தூதரகத்திற்குச் சென்றான். அங்கு நாஜி ஜெர்மன் அரசின் ராஜதந்திரியாகப் பணியாற்றிய எர்னஸ்ட் வான் ரோத் என்ற நாஜி அதிகாரியைத் துப்பாக்கியால் சுட்டுக் கொன்றான். க்ரின்ஸ்பன் தனது இயலாமையை அப்படி வெளிப்படுத்திக் கொண்டான். ஒரு ஆரிய அதிகாரியை யூதன் ஒருவன் கொன்றுவிட்டதாக கோயபல்ஸ் பிரச்சாரம் செய்தார்.

அதுவரை ஜெர்மன் சமூகத்தில் உருவாக்கி வைத்திருந்த யூத வெறுப்பை நரவேட்டையாக மாற்ற எர்னஸ்ட் வான் ரோத் கொலையை நாஜிகள் பயன்படுத்திக் கொண்டார்கள்.

யூதர்களைக் கொலை செய்ய, யூதர்களின் சொத்துகளை அபகரிக்க நாஜிகளுக்கு ஒரு காரணம் தேவைப்பட்டது. க்ரின்ஸ்பன் நிகழ்த்திய கொலையை யூதர்கள் செய்த கொலையாக நாஜிகள் பிரச்சாரம் செய்தனர். கோயபல்ஸ் அதை மிகவும் சாதுர்யமாகவும் துரிதமாகவும் பயன்படுத்திக் கொண்டார். இந்தக் கொலை 1938ஆம் ஆண்டு நவம்பர் மாதம் 7ஆம் தேதி நடந்தது. இரண்டு நாட்கள் கழித்து எர்னஸ்ட் வான் ரோத் சிகிச்சை பலனின்றி இறந்து விடுகிறார். ஜெர்மன் முழுக்க தீ போல யூத வெறுப்பு பரப்பப்பட்டது.

அவர்கள் ஹிட்லரின் வரலாற்றில் இருந்து இந்தக் கொலையை நினைவுகூறும் விதமாக ஒரு இணைப்பை ஏற்படுத்தினர். ஹிட்லர் ஆரம்பகாலத்தில் வெய்மர் குடியரசை கவிழ்க்க நடத்திய பீர் ஹால் புட்ச் நிகழ்வும் 15 ஆண்டுகளுக்கு முன்பு 1923ஆம் ஆண்டு நவம்பர் 8-9 தேதிகளில்தான் நடந்தது. நாஜிக் கட்சியினர் பீர் ஹால் புட்ச்சின் 15ஆம் ஆண்டு நினைவைப் போற்ற முனிச்சில் கட்சியினரை பெருவாரியாகத் திரட்டியிருந்தனர். 1938 நவம்பர் 7ஆம் தேதி எர்னஸ்ட் வான் ரோத்தின் மரணத்தை பீர் ஜால் புட்ச் நிகழ்வோடு இணைத்தனர். பெருவாரியாகத் திரட்டப்பட்ட மக்களிடம் “எர்னஸ்ட் வான் ரோத்’ கொலைக்கு ஒவ்வொரு ஆரியனும் பழிதீர்க்க வேண்டும் எனக் குரோதம் பரப்பப்பட்டது.

யூதர்களை வேட்டையாடும் இந்தத் திட்டம் தன்னிச்சையாகத் தன்னெழுச்சியாக நடந்தது போன்ற தோற்றம் கோயல்பல்சால் உருவாக்கப்பட்டது. நீண்டகாலம் வஞ்சிக்கப்பட்ட ஜெர்மானியர்கள் இப்போது பதிலடி கொடுக்கத் துவங்கி விட்டார்கள். “நமது பாதுகாவலரை யூதர்கள் படுகொலை செய்யத் திட்டமிட்டுள்ளார்கள்” என்று பற்றவைத்தார். அந்த நெருப்புதான் யூதர்கள் மீது நடத்தப்பட்ட பகிரங்கமான இன ரீதியாக முதல் அழிப்பு.

கோயபல்ஸின் வார்த்தைகளை நாஜிக் கட்சியினர் கட்டளையாக ஏற்றுக் கொண்டனர். நாஜிக் கட்சியின் பிராந்திய தலைவர்கள் தங்கள் கட்சியினருக்குப் பல அறிவுறுத்தல்களை வழங்கியிருந்தனர். எர்ன்ஸ்ட் வான் ரோத் மரணமடைந்த 9ஆம் தேதி ஜெர்மன் முழுக்க யூதர்களுக்கு எதிரான கலவரம் பரவுகிறது. ஹிட்லரின் ராணுவத்தினர் நாஜிக் கட்சி குண்டர்களுடன் இணைந்து சாதாரண பொது மக்களைப் போல ஜெர்மானியர்களை வேட்டையாடினார்கள். இந்தத் தாக்குதல்கள் அனைத்துமே ‘பொதுமக்களின் எதிர்வினை’ என்று தொடர்ந்து பிரச்சாரம் செய்யப்பட்டது. இது தன்னிச்சையான எழுச்சி. எனவே கலகக்காரர்கள் மீது நடவடிக்கை எதுவும் எடுக்க

வேண்டாம். யூதர்களின் சொத்துகளுக்கோ உடமைகளுக்கோ வைக்கப்படும் தீ வேறு ஆரியர்களின் உயிர்களுக்கோ அவர்களின் அசையாச் சொத்துகளை சேதமேற்படுத்தாமல் பார்த்துக் கொள்ளும் படியும், யூதர்களின் சொத்துகளுக்கு வைக்கப்படும் தீயை அணைக்க ஆர்வம் காட்ட வேண்டாம் என்றும் தீயணைப்புத்துறையிடம் நாஜி அரசு ரகசிய உத்தரவுகளைப் பிறப்பித்திருந்தது.

யூதர்களின் சொத்துகள், கடைகள், வணிக மையங்கள், சூறையாடப்பட்டன. அவைகளுக்குத் தீ வைக்கப்பட்டது. பெருவாரியான யூத வழிபாட்டு மையங்கள் தீ வைக்கப்பட்டன. சுமார் 7,500 வணிக நிறுவனங்கள் தகர்க்கப்பட்டது. ஒரு பொருள் விடாமல் அனைத்தையும் யூத ராணுவத்தினர் கொள்ளையடித்துச் சென்றனர். யூதர்களின் கல்லறைகள் இழிவுபடுத்தப்பட்டன.

இந்தக் கலவரங்களின் இன்னொரு அம்சம் ஒவ்வொரு ராணுவ வீரரும் எவ்வளவு யூதர்களைக் கைது செய்ய முடியுமோ அவ்வளவு யூதர்களைக் கைது செய்து சிறையில் அடைக்க வேண்டும் என்றது உத்தரவு. யார் கலவரங்களால் பாதிக்கப்பட்டார்களோ அவர்களே கைது செய்யப்பட்டார்கள். யார் பொருட்களையும், சொத்துகளையும் இழந்தார்களோ அவர்களிடமே தண்டம் வசூலிக்க உத்தரவிட்டது நாஜி அரசு. மாபெரும் நரவேட்டைக்குள்ளான யூதர்களுக்கு மேலும் மேலும் வரிகள் விதிக்கப்பட்டது. இந்தத் தாக்குதல் சேதம் தொடர்பாகச் சில முணுமுணுப்புகள் எழுந்தபோது சொத்துகளை அவர்களே பழுது பார்த்துக் கொள்ளவேண்டும் என்றது ஹிட்லர் அரசு. யூதர்களின் தொழில் காப்பீடுகள் (insurance) அனைத்தும் ரத்து செய்யப்பட்டு அரசு அதைக் கலவரங்களுக்கான இழப்பீடாகப் பறித்துக் கொண்டது. பல வீடுகளை அரசே இடித்துத் தள்ளியது. யூதர்களின் வழிபாட்டுத் தலமான 'சினகாக்' ஜெர்மனி, ஆஸ்திரியா என ஆரியப் பெருமைக்கு ஆளான அத்தனை பகுதிகளும் தாக்குதலுக்கு உள்ளானது.

கொலைகள், பாலியல் வன்முறை, சொத்துகளை அபகரிக்கும் நோக்கோடு நடத்தப்பட்ட இந்த நரவேட்டை திட்டத்தை வரலாறு 'கிறிஸ்டல் நாச்' (kristallnacht) என்கிறது. யூத வெறுப்பு அலையை 'படிகத்தின் இரவு' என்றோ, 'உடைந்த கண்ணாடிகளின் இரவு' என்றோ கவித்துமாக சொல்லிக் கொள்ளலாம். இந்த வன்முறை ஜெர்மனியின் ஆக்கிரமிப்பில் இருந்த ஆஸ்திரிய பகுதிகளுக்கும் பரவியிருந்ததால் யூத இன அழிப்பில் 'கிறிஸ்டல் நாச்' மிக முக்கியப்

பங்காற்றுகிறது. எதையும் செய்யலாம் என்ற உற்சாகத்தை இந்த நிகழ்வுதான் நாஜிகளுக்கு வழங்கியது.

கிறிஸ்டல் நாச் வன்முறைக்குப் பின்னர் அரசு வெளியிட்ட தகவலில் 91 பேர் கொல்லப்பட்டதாகக் கூறியது உண்மையில் 700 முதல் ஆயிரம் பேர் வரை கொல்லப்பட்டார்கள். ஒன்று நாஜிக் கட்சியினரால், ராணுவத்தினரால் கொல்லப்பட்டவர்கள் போக காயமடைந்த எண்ணற்றவர்கள் வதை முகாம்களில் இறந்தார்கள். பெருவாரியான பெண்கள் மிக மோசமான பாலியல் துன்புறுத்தல்களுக்கு உள்ளானார்கள். சிலர் நாஜிகளிடம் சிக்காமல் இருக்க தற்கொலை செய்து கொண்டார்கள்.

இத்தனைக்குப் பின்னரும் சுமார் 30 ஆயிரம் யூத ஆண்கள் கைது செய்யப்பட்டு சிறைக்கு அனுப்புவதற்குப் பதிலாக வதை முகாம்களுக்கு அனுப்பப்பட்டனர். ஹிட்லரால் கொல்லப்பட்ட 60 லட்சம் யூதர்களில் அவர்களே முதன்முதலாகக் கைது செய்யப்பட்டவர்கள். முதல் வன்முறை, முதல் வதை முகாம், முதல் கைது, முதல் பாலியல் வன்முறை, முதல் சொத்துகள் சூறையாடல் என இவை அனைத்தும் ஜெர்மனியின் ஆட்சிப் பகுதியில் எங்கெல்லாம் யூதர்கள் வாழ்கிறார்களோ அங்கெல்லாம் நடத்தப்பட்ட பெரும்பான்மை வன்முறை. நாஜிகளுக்குப் பெரும் வெற்றியை ஈட்டிக் கொடுத்ததோடு நாஜி வன்முறைகளுக்கு ஒரு மாடலாகவும் மாறிப் போனது ‘கிறிஸ்டல் நாச்’

பிரான்சில், ஜெர்மனின் நாஜி அதிகாரியைக் கொன்ற ஹெர்ஷல் க்ரின்ஸ்பனை பிரான்ஸ் அரசு ஜெர்மன் நாஜி அரசிடம் ஒப்படைத்தது. அந்த 17 வயது இளைஞனை வதை முகாமில் அடைத்து சித்திரவதை செய்து கொன்றிருக்கலாம் என்கிறது தகவல்.

5
ஒரே நாடு ஒரே சட்டம்

"எந்தத் தவறுகளையும் அனுமதிக்காதீர்கள். ஏற்றுக்கொள்ளாதீர்கள். அவர்களை எதிரிகளாகக் கருதுங்கள். அவர்கள் மீது கவனம் செலுத்துங்கள். ஒரு நேரத்தில் ஒரு எதிரியின் மீது மட்டும் கவனம் செலுத்துங்கள். எதிரிகள் மீது தொடர்ந்து குற்றம் சுமத்துங்கள். நடக்கும் அனைத்து குற்றங்களுக்கும் அவனே காரணம் எனச் சொல்லுங்கள். அரசியல் புரட்சியை ஏற்படுத்த கிடைக்கும் எந்த வாய்ப்பையும் தவறவிட்டு விடாதீர்கள்"

— ஜோசப் கோயபல்ஸ்

பாசிசம் இத்தாலியிலும், நாஜியிசம் ஜெர்மனியிலும் பரிசோதித்துப் பார்க்கப்பட்டவை என்றாலும் நடைமுறையில் அவை இரண்டும் வெவ்வேறானவை. ஆனால் பண்புரீதியில் இரண்டும் ஒன்றோடு ஒன்று தொடர்புடையவை. 'வெறுப்பு' என்ற ஒரே புள்ளியில் அவை இணைகிறது.

சட்டங்கள் உருவாக்கப்படுவதன் நோக்கம் ஒரு தேச எல்லைக்குள் வசிக்கும் மக்கள் அனைவரும் சிவில் உரிமை பெற்றவர்களாகவும், சம உரிமை பெற்றவர்களாக இருப்பதும். இனம், மொழி, பிரதேசம், மதம் என எதன் பேரிலும் பாரபட்சமின்றி சட்டத்தின் உரிமைகளைச் சமமாக அனைத்து குடிமக்களுக்கும் உறுதி செய்வதுமே சட்டம் இயற்றுவதன் நோக்கம். அதையே நாம் குடியரசு என்கிறோம். ஆனால், ஹிட்லரும் நாஜிகளும் தங்கள் தேசத்தின் ஒரு பகுதி மக்களை உரிமையற்றவர்கள் ஆக்கவும், அவர்களை அழித்தொழிக்கவும் சட்டங்களை இயற்றினார்கள்.

ஒரு நாட்டில் பாசிச சூழல் நிலவுகிறது என்பதை நாம் அறிந்துகொள்ள அந்நாட்டில் கீழே குறிப்பிடப்பட்டுள்ளவற்றில் சில சமூக நினைவுகளாக மாற்றப்பட்டால் அந்த தேசம் வலதுசாரிகளால் பாசிச மயப்படுத்தப்பட்டு வருகிறது என்று பொருள்.

அதீத தேசியவாதம், மனித உரிமை மறுப்பு, பொது எதிரியை உருவாக்குவது, நாடாளுமன்றத்தை செயலற்றதாக ஆக்குவது, அரசியல் சாசனத்தை அழித்தொழிப்பது, ராணுவஅதிகாரம், ஆணாதிக்கம், மதத்தையும் அரசையும் இணைத்தல், தேசத்துக்கு அச்சுறுத்தல் எனத் தொடர்ச்சியாகக் கட்டமைப்பது, அறிவுமறுப்பு, தண்டனைகள் மீதான ஆர்வம், ஊழல், முறைகேடான தேர்தல், அரசின் அனைத்து அமைப்புகளையும் கட்சி நலன் அடிப்படையில் செயல்பட வைப்பது, குடிமக்கள் மீதான கண்காணிப்பை தீவிரமாக்கி நாஜி சட்டத்தின் ஆட்சியை இறுதியாக்குவது. இதுதான் நாஜி ஜெர்மனியின் நிலையாக இருந்தது.

ஹிட்லர் ஆட்சிக்கு வந்த பின்னர் ஜெர்மன் ரீச்ஸ்டாக் எனப்படும் ஜெர்மன் நாடாளுமன்றம் நாஜிக் கட்சியின் தேசிய நாடாளுமன்றமாகச் செயல்பட்டது. தேர்தல்களில் மக்களிடம் பெரும்பான்மை ஆதரவில்லாத நாஜிகள் வன்முறை மூலம் ஜெர்மன் அதிகாரத்தைக் கைப்பற்றிக் கொண்டனர். பவுன் வான் ஹிண்டன்பர்க்கிடம் இருந்து அதிகாரங்களைக் கைமாற்றிக் கொண்ட நாஜிகள் அவரது மரணத்தின் பின்னர் நாஜிக் கட்சியும், ஆட்சியும், நாடாளுமன்றமும் வேறு வேறு அல்ல அனைத்தும் ஒன்றுதான் என்ற நிலையை உருவாக்கிக் கொண்டனர். நாஜிக் கட்சியின் தலைவர், ஜெர்மனியின் அதிபர், அவரே ராணுவத்தின் தலைவர் என அனைத்தும் ஒரு தேசம் ஒரு மனிதன் என்பதை நோக்கி நகர்த்தப்பட்டது. அடால்ஃப் ஹிட்லர் கைகளுக்கு அதிகாரம் வந்த பின்னர் நாடாளுமன்றம் ஒரு ரப்பர் ஸ்டாம்பாக மட்டுமே செயல்பட்டது. ஒருமித்த குரல், ஒப்புதல், ஹிட்லருக்கான பஜனை பாடல்கள்தான் ஒலித்தன. சட்டத்தின்படி நாட்டை ஆட்சி செய்வதை விடுத்துக் கட்டளைகள் மூலம் நாட்டை ஆட்சிசெய்ய முனைந்தார். தன் பதவிக்காலத்தைத் தானே நீட்டித்துக் கொண்டார். வெறுப்பின் மீது கட்டமைக்கப்பட்ட நாஜியிசம் சிந்தனை மட்டத்தில் இருந்து ஆட்சியதிகாரமாக நகர்ந்தபோது சட்டத்தின் உதவி தேவைப்பட்டது. ஆட்சிக்கு வந்த முதல் ஆண்டுகளில் பள்ளிகள், கல்லூரிகளில்தான் அதை நாஜிமயத்தை ஊக்குவித்தனர். பாடத்திட்டங்கள், மாணவர்களிடம் யூத வெறுப்பை விதைப்பதில் பெருமளவு வெற்றியும் பெற்றனர்.

ஜெர்மன் அல்லாத புத்தகங்கள் எரிப்பு

1897ஆம் ஆண்டு ஜெர்மனியில் பிறந்த பால் ஜோசப் கோயபல்ஸ் முதலாம் உலகப்போர் உருவாக்கிய விரக்தியை தேசிய வெறியாகவும், யூத வெறுப்பாகவும் கட்டமைத்ததில் மிகப்பெரிய அளவில் வெற்றி பெற்றார். 1922ஆம் ஆண்டு ஹைடெல்பெர்க் பல்கலைக்கழகத்தில் ஜெர்மன் மொழியியலில் முனைவர் பட்டம் பெற்றார். இளமைக்காலத்தில் அவருக்கு இலக்கியம், நாடகம், பத்திரிகை ஆர்வமே இருந்தது. திவீர முதலாளித்துவ எதிர்ப்பாளராகவும் கம்யூனிஸ்டாகவும் தன்னைக் காட்டி வந்த கோயபல்ஸ் 1924ல் தேசிய சோசலிஸ்ட் குழுவுடன் நட்பு கொண்டார். ஜெர்மன் தொழிலாளர் கட்சியின் மாவட்ட நிர்வாகியாகவும், பத்திரிகை ஆசிரியராகவும் தொழிற்பட்டார். ஹிட்லருடன் ஏற்பட்ட தொடர்பு அவரை நாஜி கொள்கை பரப்புகிறவராக மாற்றியது. ஹிட்லர் ஆட்சிக்கு வரும் வரை நாஜிக் கட்சியை வலிமையுள்ள கட்சியாக பெர்லினில் வளர்த்தெடுத்தார் கோயபல்ஸ். 'தி அசால்ட்' என்ற நாஜி இதழின் ஆசிரியராகவும், நாஜிகளின் கலாச்சார சபையின் தலைவராகவும் ஆக்கப்பட்டார்.

ஹிட்லரைச் சுற்றி கற்பனைக் கதைகளை உருவாக்குவதில் கோயபல்சுக்கு இணையாக அங்கு எவருமே இல்லை. எந்த அழிவையும் ஒரு கொண்டாட்டமாக சடங்காக மாற்றும் திறமை கோயபல்சுக்கு இருந்தது. ஹிட்லர் ஆட்சிக்கு வந்த பின்னர் ஜெர்மன் ரீச்சின் பிரச்சார அமைச்சர் ஆக்கப்பட்ட கோயபல்ஸ் கைகளில் நாஜி ஜெர்மனியின் தேசிய பிரச்சார இயக்கம் முழுமையாக ஒப்படைக்கப்பட்டது. ஒரு மாதத்திற்கு முன்பு, யூதர்களின் வணிகங்களைப் புறக்கணிக்க ஏற்பாடு செய்யும்படி ஹிட்லர் கட்டளையிட்டார். வெளிநாட்டு பிரச்சாரம், பத்திரிகை, நாடகம், இலக்கியம், இசை என அனைத்தும் கோயபல்சின் சென்சாருக்குள் வந்தன. நாஜிகளின் ஆரம்பகால நிகழ்வுகளுள் மிக முக்கியமானது ஜெர்மனுக்கு எதிரானது என்ற பெயரில் யூதர் அல்லாதவர்களின் புத்தகங்களைத் தீயிட்டுக் கொளுத்திய நிகழ்வாகும்.

1933-மே 10ஆம் தேதி பெர்லின் ஓபரா சதுக்கத்தில் ஜோசப் கோயபல்ஸின் உரையைக் கேட்க சுமார் 40ஆயிரம் பேர் திரண்டிருந்தனர். அவர்களில் பெரும்பான்மையோர் கல்லூரி மாணவர்கள். அவர்களிடம் பேசிய கோயபல்ஸ் "யூத அறிவுஜீவிகளின் சகாப்தம் முடிவுக்கு வந்துவிட்டது," என்றார். யூதர்களால் ஜெர்மன் கறைபடிந்து விட்டது, ஜெர்மன் ஆரியர்களின் சிந்தனைகள், எழுத்துகள், சமூகம் என அனைத்தையும் யூதர்கள் கறைபடுத்தி

விட்டார்கள். எனவே அதைச் சுத்தம் செய்ய சிந்தனையைச் சுத்தம் செய்ய வேண்டியுள்ளது. ஜெர்மனுக்கு விரோதமான ஜெர்மானியர்கள் அல்லாதவர்கள் எழுதிய நூல்களை ஜெர்மன் முழுக்க எரிக்கும் நடவடிக்கையைக் கல்லூரி மாணவர்களை வைத்து நடத்திக்காட்டினார்கள் நாஜிகள்.

ஜெர்மனை சுத்தப்படுத்தித் தூய்மையான ஜெர்மன் கலைகளையும், கலாச்சாரத்தையும் நாஜி சிந்தனைகளுடன் இணைக்கும் முயற்சியாக ஜெர்மனுக்கு எதிரான புத்தகங்களை எரிக்கும் இயக்கத்தை முன்னெடுத்தனர். மாணவர்கள், கல்லூரிகள், பல்கலைக்கழகங்களில் இருந்து ஆயிரக்கணக்கான நூல்களை எடுத்து வந்து பொது வெளியில் தீயிட்டுக் கொளுத்தினார்கள்.

அந்நிய சிந்தனைகள், அல்லது யூத ஒழுக்கக்கேடான சிந்தனைகளின் தாக்கங்களில் இருந்து ஜெர்மன் கலாச்சாரத்தைப் பாதுகாக்கும் நோக்கில் இந்த இயக்கம் பிரச்சார அமைச்சர் கோயபல்சால் முன்னெடுக்கப்பட்டது. ஜெர்மன் மாணவர் சங்கத்தால் இந்தப் போராட்டம் ஜெர்மனிலும் ஆஸ்திரியாவிலும் ஒரே நேரத்தில் முன்னெடுக்கப்பட்டது. கார்ல் மார்க்ஸ், ஆல்பர்ட் ஐன்ஸ்டீன், ஹெலன் கெல்லர் மற்றும் பிரஞ்சு எழுத்தாளர்கள் என அனைவரின் நூல்களும் எரிக்கப்பட்டன. இந்தச் சுத்தப்படுத்தும் நிரல் நாஜி ஜெர்மனியால் ஆக்கிரமிக்கப்பட்ட ஆஸ்திரியா, போலந்து போன்ற பகுதிகளுக்கும் விரிவுபடுத்தப்பட்டது. சுமார் 25 ஆயிரத்துக்கும் மேற்பட்ட நூல்கள் எரித்து சாம்பலாக்கப்பட்டன.

பள்ளி கல்லூரிகளில் இருந்து யூதர் குழந்தைகளை வெளியேற்றும் நடவடிக்கை!

ஜெர்மனை ஒழுங்குபடுத்துவது என்ற போர்வையில் பள்ளிகள் மற்றும் பல்கலைக்கழகங்களில் கூட்ட நெரிசலைக் குறைக்கச் சட்டம் இயற்றப்பட்டது. பொதுப்பள்ளிகளில் இருந்து யூத மாணவர்கள் வெளியேற்றப்பட்டனர். 1933ல் ஹிட்லர் ஆட்சிக்கு வந்த பின்னர் பிறப்பிக்கப்பட்ட உத்தரவுகள் பெருநகரங்கள், சிறு நகரங்கள், சிறிய முனிசிபல் பகுதிகள் என்ற வித்தியாசம் இல்லாமல் பின்பற்றப்பட்டது.

பள்ளிகளில் நெரிசலைக் கட்டுப்படுத்தும் இந்தச் சட்டம் மொத்த யூத மாணவர்களின் எண்ணிக்கையை 5 சதவீதத்திற்கு மிகாமல் கட்டுப்படுத்தியது. ஜூன் 16, 1933இல் மக்கள் தொகை

கணக்கெடுப்பின்படி ஜெர்மனியில் யூத மக்கள் 0.8 சதவீதத்திற்கும் குறைவானவர்கள். 1933 ஆம் ஆண்டில், அனைத்து யூத மாணவர்களில் 75 சதவீதம் பேர் ஜெர்மனியில் உள்ள பொதுப் பள்ளிகளில் படித்தனர். பொதுப்பள்ளிகளில்தான் அதிக அளவு நாஜிக் கருத்துகள் பரப்பப்பட்டன. பாடத்திட்டங்கள் மாற்றி அமைக்கப்பட்டன. ஜெர்மனுக்கு எதிரான கருத்துகள் எனப் பிற சிந்தனைகள் பாடத்திட்டங்களில் இருந்து நீக்கப்பட்டன. ஹிட்லர் மீதான அன்பு, கட்டளைகளுக்குக் கீழ்படிதல், இராணுவ வாதம், இனவெறி, மிக முக்கியமான யூத வெறுப்பு எனத் தொடர்ச்சியாக பொதுப்பள்ளிகள் குறிவைக்கப்பட, எஞ்சியிருந்த யூத மாணவர்களும் பொதுப்பள்ளிகளில் இருந்து விலகினர். யூத மாணவர்கள் கல்வி கற்கும் சூழலையே நாஜிகள் அழித்து விட்டனர்.

ஹிட்லர் ஆட்சிக்கு வந்த ஓராண்டுக்குள் அவர்கள் முன்னெடுத்த பரிசோதனைக்கொலைகள், யூத வெறுப்புப் பிரச்சாரங்கள் அனைத்தும் சமூகத்தளத்தில் வெகுவாகக் கைகொடுத்தது. ஜெர்மன் ரீச்சின் அனைத்து அம்சங்களையும், உரிமைகளையும், சட்டங்களையும் நாஜிக் கட்சி எடுத்துக்கொண்டது.

வெய்மர் குடியரசின் சிறப்பியல்புகள், சட்டம் மற்றும் நீதியமைப்புகளில் இருந்த நெகிழ்ச்சித் தன்மைகளை 1933 முதல் 1945 வரை ஆட்சி செய்த நாஜிகள் மாற்றி அமைத்து, உயிரியல் இனவெறிச் சட்டங்களை இயற்றினார்கள். உலகின் நவீன உரிமைச் சட்டங்களில் இருந்து நாஜிகள் தங்களைத் தனிமைப்படுத்திக் கொண்டதோடு அவர்கள் ஜெர்மனியையும் அதற்கு அப்பால் அய்ரோப்பாவையும் அச்சுறுத்தத் தொடங்கினர். ஜெர்மன் அரசின் நீதிபதிகள், வழக்கறிஞர்கள், அரசு ஊழியர்கள், பொதுமக்கள் என அனைவருமே நாஜி சட்டங்களுக்கு ஏற்ப தங்களை வேறுவழியில்லாமல் மாற்றிக் கொண்டனர்.

Malicious Practices Act 1933 தீங்கிழைக்கும் சட்ட நடைமுறைகள்

அதில் முதன்மையானது *Malicious Practices Act* 1933 தீங்கிழைக்கும் சட்ட நடைமுறைகள். 1933மார்ச் 20ஆம் தேதி இச்சட்டம் நிறைவேற்றப்பட்டது. அரசின் எதிரிகள், யூதர்கள், கம்யூனிஸ்டுகள், ஓரினச்சேர்கையாளர்கள், ரோமா ஜிப்சிகள் என யாரேனும் வதை முகாம்களுக்கு அனுப்பப்படுவதன் மூலமோ அல்லது கொல்லப்படுவதன் மூலமோ தண்டனை நிறைவேற்றப்படுவதை இச்சட்டம் அனுமதித்தது. வதை முகாம்களில் நடந்த கொலைகளுக்குச் சட்ட அந்தஸ்தை வழங்கியது இச்சட்டம்.

Treachery Act- துரோக சட்டம்

1934 ஆம் ஆண்டு நிறைவேற்றப்பட்ட இச்சட்டம் அரசு மற்றும் கட்சி மீதான துரோகத் தாக்குதலுக்கு எதிரான சட்டம். இது மக்களின் பேச்சு சுதந்திரத்தை முழுமையாக பறித்தது. நாஜி அரசு மற்றும் கட்சி மீதான எத்தகைய விமர்சனங்களுக்கும் அபராதம் விதித்தது. தண்டித்தது.

நியூரெம்பெர்க் இனச்சட்டங்கள்!

1935ஆம் ஆண்டு செப்டம்பர் 15ஆம் தேதி ஜெர்மனியின் நியூரெம்பெர்க்கில் நாஜிகள் தங்கள் வருடாந்திர பேரணியை நடத்தினர்கள். அந்தப் பேரணிக்குப் பிறகு இரண்டு முக்கியமான சட்டங்களை நாஜிகள் அறிவித்தனர். ஒன்று ரீச் குடியுரிமைச்சட்டம் இன்னொன்று ஜெர்மானியர்களின் ரத்தம் மற்றும் மரியாதையைப் பாதுகாப்பதற்கான சட்டம். இவைகள்தான் நியூரெம்பெர்க் சட்டங்கள் அல்லது இனச் சட்டங்கள் எனப்படுகின்றன.

யூதர்கள் அசுத்தமானவர்கள், ஆரியர்களே தூய்மையானவர்கள், மேன்மைமிக்கவர்கள் என்ற நாஜிகளின் நம்பிக்கை முதன் முதலாகச் சட்டமானது நியூரெம்பெர்க் சட்டத்தின் மூலம்தான். உலகம் சமமான வலிமையும் மதிப்பும் இல்லாத தனித்துவமான இனங்களாகப் பிரிக்கப்பட்டுள்ளது என்ற இனவாத நம்பிக்கையைச் சட்டமாக இயற்றினார்கள்.

யூதர்கள் ஆரியர்கள் அல்ல, அவர்கள் உலகில் உள்ள எல்லா இனங்களையும் விட தாழ்ந்தவர்கள். அவர்கள் ஜெர்மனிக்குள் இருப்பது ஜெர்மன் மக்களையும் ஆரியர்களையும் அச்சுறுத்துவதாக உள்ளது. எனவே அவர்களைக் கட்டுப்படுத்த சட்டத்தின் ஆட்சி அவசியம் என நாஜிகள் அறிவித்தனர். ஜெர்மானியர்களிடம் இருந்து ஆரியர்களைப் பிரித்துக்காட்ட அடையாளங்கள் உருவாக்கப்பட்டன. நியூரெம்பெர்க் சட்டங்கள் இந்த இன ரீதியான பிரிவினைக்குச் சட்ட அந்தஸ்தை வழங்கியது.

குடியுரிமை திருத்தச் சட்டம்

நாஜிகள் ஆட்சிக்கு வருவதற்கு முன்பே "நாங்கள் ஆட்சிக்கு வந்தால் தூய்மையான ஆரியர்கள் மட்டுமே குடியுரிமை பெற அனுமதிக்கப்படுவார்கள்" எனப் பிரச்சாரம் செய்தனர். தேர்தல் பிரச்சாரங்களிலும் சமூகத்தளத்திலும் பேசி வந்ததை நாஜிகள்

குடியுரிமைச் சட்டத்தின் மூலம் நடைமுறைப்படுத்தினார்கள். நாஜிகள் நடைமுறைப்படுத்திய குடியுரிமைச் சட்டம் ஜெர்மன் குடிமக்களை 'ஜெர்மன் அல்லது அதோடு தொடர்புடைய இரத்தம்' என வரையறுத்தது. யூதர்கள் ஜெர்மனியின் குடிமக்களாக இருக்க முடியாது அவர்களுக்கு அரசியல் உரிமைகள் இல்லை என்றதும் இச்சட்டங்கள்தான்.

ஜெர்மன் குடியுரிமை பெற்றவராக ஒருவர் இருக்கவேண்டும் என்றால் அவர் யூத ரத்தம் இல்லாதவராக இருக்க வேண்டும். பொதுவில் குடிமக்கள், தகுதியுள்ள குடிமக்கள், தகுதியற்ற குடிமக்கள் என இரண்டாகப் பிரிக்கப்பட்டனர். யூதர்கள், ஓரினச்சேர்க்கையாளர்கள், ஜிப்சிக்கள் தகுதியற்ற குடிமக்கள் ஆக்கப்பட்டனர். முதலில் சட்டங்கள் மூலம் குடிமக்களைப் பிரித்தவர்கள் பின்னர் தூய்மையான ஆரிய இனத்தை உருவாக்கும் உயர்ந்த நோக்கத்தில் இந்தப் பிரிவினைகளை யூஜெனிக்ஸ் என்ற பரம்பரை சுகாதார நாஜி அறிவியலோடு இணைத்தனர்.

யூதர்கள் VS ஆரியர்கள் என்ற பாகுபாடு ரத்த ரீதியாக வரையறுக்கப்பட்டது. இச்சட்டம், யூதர்கள் ஆரியர்களோடு கொள்ளும் மண உறவுகளைத் தடை செய்தது. அத்தகைய உறவுகள் ஆபத்தானவை என்று நாஜிக்கள் நம்பினர். ஏனெனில் அவை கலப்பின குழந்தைகளுக்கு வழிவகுக்கின்றன. கலப்பின பிறப்புகளால்தான் யூதர்கள் ஆரியர்களைக் கறைபடுத்தி விட்டனர். கலப்புமணம் புரிவோர் ஜெர்மன் இனத்தின் தூய்மைக் குறைபாட்டுக்குக் காரணமாகின்றனர் என்பதைச் சட்டத்தின் கீழ் உறுதி செய்தனர்.

நியூரெம்பெர்க் சட்டங்கள், குடியுரிமைச் சட்டங்களின்படி மூன்று அல்லது நான்கு யூத தாத்தா பாட்டிகளைக் கொண்ட ஒருவர் யூதராகக் கருதப்படுவர். அவர்கள் அரசுப்பதவிகளை வகிப்பதோ, ராணுவத்தின் பணியாற்றும் உரிமையோ மறுக்கப்பட்டனர். ஒன்று அல்லது இரண்டு யூத தாத்தா பாட்டிகளைக் கொண்டிருந்தால் அவர்கள் 'மிஷ்லிங்கே' *(Mischlinge)* என அழைக்கப்பட்டனர். அதன் பொருள் அரை இனம் என்பதுதான். யார் யூதர் என்பதை வரையறை செய்ய அவர்கள் யூத வழிபாட்டை நம்பினார்கள். யூதர்களின் பண்புகளை இனரீதியாக வரையறுப்பதில் தோல்வியடைந்த நாஜிகள் மத ரீதியாக யூதப்பண்புகளை வரையறுத்தனர். மிஷ்லிங்கேக்கள் கேள்விக்கிடமின்றிக் கொல்லப்படும் உரிமை கொண்டிருந்தார்கள். கலப்பினமான மிஷ்லிங்கேக்கள்தான் ஆரிய இனத்தைக் கறைபடுத்தினார்கள் என்று நாஜிகள் பொதுப்புத்தியை கட்டமைத்து

வைத்திருந்தனர். யூத மக்கள் தங்களின் இன அடையாளங்களை நிரூபிக்க மத ரீதியான பதிவுகளையும், ஞானஸ்தான பதிவுகளையும், திருமணப் பதிவேடுகளையும், கல்லறைகளையும் தோண்டி எடுத்து யூதர்கள் என்பதை நாஜிகள் நிறுவினர்.

இச்சட்டங்கள் யூதர்களுக்கு மட்டுமல்லாது கருப்பினத்தவர்கள், ரோமா ஜிப்சிகளையும் வெளியில் நிறுத்தியது. யூதர்கள் உட்பட இவர்கள் ஜெர்மானியர்களைத் திருமணம் செய்துகொள்ளவோ 'ஜெர்மன் அல்லது தொடர்புடைய இரத்தத்தைச் சேர்ந்தவர்களுடன்' உடலுறவு கொள்ளவோ முடியாது.

குடும்பம் மற்றும் பெயர்களை மாற்றும் சட்டம்

இறுதித் தீர்வான யுதர் இனப்படுகொலையை நோக்கி நாஜிகள் நகரும் காலத்தில் அவர்களுக்கு யூதர்களை அடையாளம் காணுவதில் சிக்கல் இருந்தது. பாரம்பரியமான யூதர்களை அடையாளம் காண்பது எளிது. ஆனால் இயல்பாகவே ஜெர்மன் சமூகத்தோடு கலந்து யூத வம்சாவளி தோற்ற அடையாளங்களை இழந்த யூதர்களை அடையாளம் காண அவர்கள் யூத முத்திரைகளை அணிய வேண்டும் என்றார்கள். ஜெர்மன் மக்களின் குடும்பம் மற்றும் தனிப்பட்ட பெயர்களை மாற்றும் சட்டத்தை 1938ஆம் ஆண்டு ஆகஸ்ட் 17ஆம் தேதி கொண்டு வந்தனர். பலவிதமான அடையாளங்களால் யூதர்கள் மிக எளிதில் அடையாளம் காண இச்சட்டம் பயன்பட்டது.

யூத வம்சாவளியைச் சேர்ந்த ஜெர்மன் யூதர்கள் தங்கள் பெயரோடு கூடுதலாக ஆண்கள் என்றால் 'இஸ்ரேல்' என்றும் பெண்கள் என்றால் 'சாரா' என்றும் குறிப்பிட வேண்டும் என்றது இச்சட்டம். 1939ஜனவரி 1ஆம் தேதிக்குள் இந்தப் பெயர்மாற்றத்தை யூதர்கள் செய்து முடிக்க வேண்டும் என்று கெடு விதிக்கப்பட்டது. ஜெர்மன் சமூகத்தில் இருந்து யூதர்களை நிரந்தரமாகப் பிரிக்கும் ஆபத்தான விளைவை இச்சட்டம் உருவாக்கியது. தனிநபர்கள் தங்கள் புதிய பெயர்களை அரசு அலுவலகங்களில் பதிவு செய்ய வேண்டும். வணிக பரிவர்த்தனைகளுக்கு முதல் மற்றும் சேர்க்கப்பட்ட பெயர்களையே பயன்படுத்த வேண்டும் என்றது. இச்சட்டம் ஒட்டு மொத்தமாக ஜெர்மன் யூதர்களைத் தனிமைப்படுத்திச் செயலற்றவர்களாக்கியது.

யூதர் பாஸ்போர்ட் தடைச் சட்டம்

யூதர்கள் தங்கள் பெயர்களோடு இஸ்ரேல், சாரா என்ற தனித்துவமான யூதப் பெயர்களையும் சேர்த்து அடையாளம் காணப்பட்ட பின்னர் பாஸ்போர்ட் சட்டத்தில் ஒரு திருத்தத்தை நாஜி அரசு 1938 அக்டோபர் 5ஆம் தேதி கொண்டு வந்தது. அது ஜெர்மனுக்குள் வசிக்கும் அனைத்து யூதர்களின் பாஸ்போர்ட்டுகளையும் ரத்து செய்தது. ஜெர்மன் யூதர்கள் அவர்களின் பாஸ்போர்ட்டுகளை உடனடியாக அரசு அலுவலகங்களில் சமர்ப்பிக்க வேண்டும். நியூரெம்பெர்க் சட்டத்தின் பெயரால் நாஜி ஜெர்மன் உள்துறை அமைச்சகம் அனைத்து யூதர்களின் பாஸ்போர்ட்டுகளையும் செல்லாது என அறிவித்தது. யூதர்கள் தங்கள் பாஸ்போர்ட்டுகளை ஒப்படைத்து அதில் 'ஜே' (J) என்ற எழுத்து முத்திரையிடப்பட்ட பின்னரே அது செல்லுபடியாகும் என அறிவித்தது.

இந்த J எழுத்து சிகப்பு நிறத்துடன் யூதர்களின் பாஸ்போர்ட்டுகள் மீது அச்சிடப்பட்டன. J என்ற எழுத்து JUDE என யூதர்களைக் குறிக்கும் சொல்லாக இருந்தது. இந்தச் சட்டத்தின் நோக்கம் வழக்கமான யூத அழிப்பாக இருந்த போதும் யூதர்களின் சொத்துகளைப் பறித்துத் தனது ஆயுத உற்பத்திக்குப் பயன்படுத்த நாஜிகள் விரும்பினார்கள். 1938, 1939 என இரண்டு ஆண்டுகளில் சொத்துகளைப் பறிமுதல் செய்வது, யூதர்களை அடையாளம் காட்டுவது, ஜெர்மனியை விட்டுத் துரத்துவது என அடுக்கடுக்கான சட்டங்கள் இயற்றப்பட்டன. யூத மருத்துவர்கள் மருத்துவச் சேவைகளில் இருந்து விலக்கப்பட்டனர். அவர்களின் மருத்துவச் சான்றிதழ்கள் செல்லாது என அறிவிக்கப்பட்டது. யூதர்கள் நிலம் வைத்துக் கொள்ளும் உரிமை மறுக்கப்பட்டது.

யூதர்களின் பெயர்களில் அமைந்த தெருக்கள், பூங்காக்களின் பெயர்கள் மாற்றப்பட்டன. யூதர்கள் திரையரங்குகளுக்கு வர அனுமதி மறுக்கப்பட்டனர். ஓப்ரா போன்ற இசைக் கச்சேரிகளில் யூதர்கள் பங்கேற்பாளர்களாகவோ, பார்வையாளர்களாகவோ அனுமதி மறுக்கப்பட்டனர். உச்சகட்டமான யூதக் குழந்தைகள் பள்ளிக்கூடங்களில் இருந்து வெளியேற்றப்பட்டனர்.

சேவைத்துறைகளில் இருந்து யூதர்களை விலக்கி வைத்தல்

1933 ஏப்ரல் 7ஆம் தேதி அரசுத்துறையைச் சீர்படுத்தும் விதமான நாஜி அரசு ஜெர்மன் தொழில்முறை சிவில் சர்வீஸ் சேவையை

மீட்டெடுப்பதற்கான சட்டத்தை வெளியிட்டது. யூதர்கள், நாஜிகளின் எதிரிகள், பிற அரசியல் எதிரிகளையும் அனைத்து சிவில் சேவைகளில் இருந்து விலக்கி வைப்பதாக அறிவித்தது.

1914ஆம் ஆண்டு முதல் சிவில் சேவைகளில் பணிபுரிந்தவர்கள், முதலாம் உலகப்போர் வீரர்கள் அல்லது முதலாம் உலகப்போரில் கொல்லப்பட்ட தந்தை அல்லது மகனுடன் இருந்தவர்களுக்கு இந்த சிவில் சட்டத்தில் இருந்து முதலில் விலக்கு அளித்தனர். பின்னர் அது யூதர்களுக்குப் பொருந்தாது என்று அறிவித்தனர். 1933செப்டம்பர் 30ஆம் தேதிக்குள் 'ஆரியர்' அல்லாத வழக்கறிஞர்களைப் பணி நீக்கம் செய்யவேண்டும் என்று ஹிட்லர் அரசு புதிய சட்டத்தை வெளியிட்டது.

நியூரெம்பெர்க் சட்டங்களின் பின் விளைவுகள்

ஜெர்மனியில் நாஜிகள் அதிகாரத்தைக் கைப்பற்றிய பின்னர் மூன்றே மாதங்களுக்குள் யூதர்களுக்குச் சொந்தமான சொத்துகள், வணிகங்களைக் குறிவைத்தனர். நாஜிப்படையினர் யூதர்களின் பல்பொருள் அங்காடிகள் மற்றும் சில்லறை விற்பனை நிலையங்கள் முன்பும் யூதர் அலுவலகங்களுக்கு வெளியில் நின்றும் "யூதர்களிடமிருந்து பொருட்களை வாங்க வேண்டாம்" "யூதர்கள் எங்கள் துரதிருஷ்டம்" எனக் கோஷமிட்டு அவர்களைத் தனிமைபடுத்தினர். நாஜிமயமாக்கலின் விளைவுகள் எல்லா தரப்பினரையும் தனிமைபடுத்தியது. ஆரியர்களுக்குச் செயற்கையான போதையை ஊட்டியது. நாஜிச் சட்டங்கள் அரசு துறையில், நீதித்துறையில் நாஜிக் கட்சிக்கும், ஆட்சிக்கும் இணங்கிச் செல்லாதவர்களை நீக்கியது.

மூன்றாவது ரீச் எனப்படும் ஹிட்லரின் நாஜி ஜெர்மனியில் முதல் ஆறு ஆண்டுகளில் 400 ஆணைகளை ஹிட்லர் பிறப்பித்தார். இந்த ஆணைகள்தான் நியூரெம்பெர்க் சட்டங்கள் ஆகின. யூதர்கள் பொது இடங்களில் ஜூட் JUDE என்ற மஞ்சள் பேட்ஜ் அணிய வேண்டும், யூதர்கள் இந்த மஞ்சள் நட்சத்திரத்தைத் தங்கள் ஆடைகளின் இடது மார்பில் அணிய வேண்டும். 6 வயது குழந்தை முதல் இந்த அடையாளம் யூதர்கள் மீது நாஜிகளால் திணிக்கப்பட்டது. நியூரெம்பெர்க் சட்டங்கள் இந்த நடவடிக்கைகளுக்குச் சட்ட அந்தஸ்தைக் கொடுத்தது. நியூரெம்பெர்க் சட்டங்கள் ஜெர்மனியில் வசித்த யூதர்களின் அன்றாட வாழ்க்கையைப் புரட்டிப் போட்டது. அவர்கள் இறுதியில் விஷ வாயு சாம்பர்களில் கொல்லப்படும் வரை

அவர்களுக்கு எந்த நீதியும் கிடைக்கவில்லை. காரணம் சட்டத்துறை, நீதித்துறை எனக் குடிமக்களைப் பாதுகாக்கும் அனைத்தும் நாஜிமயமாகி இருந்தது.

ஜெர்மனில் கொல்லப்பட்ட பல லட்சம் யூத இனப்படுகொலை என்பது ஜெர்மனியின் நியூரெம் பெர்க் சட்டங்களின் விளைவுகள்தான்!

6

ஜெர்மனில் ஹிட்லர் அமெரிக்காவில் சாப்ளின்

"என்னை மன்னித்து விடுங்கள். எனக்கு ஆட்சியாளனாக இருக்கப் பிடிக்கவில்லை. அது என் வேலையும் அல்ல, ஆட்சி செய்யவோ ஒரு இடத்தை ஆக்கிரமித்துக் கொள்ளவோ எனக்கு விருப்பமில்லை. ஒரு பகுதி மக்கள் மீது வெறுப்பைக் கொட்ட என்னால் முடியாது. இந்த உலகத்தில் ஒவ்வொருவருக்கும் அவர்களுக்கான இடமொன்று ஒன்று உள்ளது. இந்த உலகின் அனைத்து வளங்களையும் செழிப்புகளையும் அனுபவிக்கும் உரிமை அனைவருக்கும் உண்டு. சர்வாதிகாரிகள் தங்களைச் சுதந்திரமாக வைத்துக் கொள்கிறார்கள். ஆனால் மக்களை அடிமைப்படுத்துகிறார்கள். தேசங்களின் தடைகளைக் கடந்தும், பேராசைகளைக் கடந்தும், நிராகரிப்பு, சகிப்பின்மையைக் கடந்த சுதந்திர உலகத்துக்காகப் போராடுவோம். நாம் பகுத்தறிவு நிறைந்த உலகத்துக்காகப் போராடுவோம்."

– தி கிரேட் டிக்டேட்டர் திரைப்படத்தில் சார்லி சாப்ளின்.

கொலைகள், துரோகம், வஞ்சகம், சூது இவைகளால்தான் ஹிட்லர் ஆட்சிக்கு வந்தார். அதில் வெவ்வேறு படைகள் எப்படிப் பங்காற்றினவோ அதே அளவுக்கு ஹிட்லரின் ஸ்திரமான இருப்புக்குக் காரணமானது ஜோசப் கோயபல்சின் பிரச்சாரம். நாஜிக் கட்சியின் பிரமுகரும் ஹிட்லரின் விசுவாசியுமான கோயபல்சின் உரைகள் நாஜிக் கட்சிக்கு பெரும் கவர்ச்சியை வழங்கின. முதலாம் உலகப்போரின் முடிவில் போர் முனையில் ஜெர்மன் தளபதிகள், அரசியல் தலைவர்கள் பேச்சுவார்த்தையில் ஈடுபட்டு போரை முடிவுக்குக் கொண்டுவர எண்ணினார்கள்.

ஆனால் வலதுசாரிகளோ "ஜெர்மன் ராணுவம் இன்னும் தீரத்துடன் உள்ளது. நாட்டைக் காட்டிக் கொடுத்து விட்டார்கள். யூதர்கள் எல்லாம் சேர்ந்து முதுகில் குத்தி விட்டார்கள் என்றார்கள். நாட்டைக் காட்டிக் கொடுத்து விட்டதாக நாஜிகள் குற்றம் சுமத்தியவர்களுக்கு 'நவம்பர் குற்றவாளிகள்' எனப் பெயரிட்டார்கள். கோயபல்ஸ் ஆரிய மக்களை ஒருங்கிணைக்க நவம்பர் குற்றவாளிகள் என்ற பெயரைப் பொது வெளியில் வியக்கத்தக்க வகையில் பயன்படுத்தினார்.

எந்த ஒரு அரசியல் சூழலையும், செயல்பாடுகளையும் நாஜிகளின் வளர்ச்சிக்காக இட்டுக்கட்டி கற்பனையாகப் பேசிய கோயல்பல்ஸ், பிரான்சில் ஜெர்மன் தூதரக அதிகாரி கொல்லப்பட்ட போது வன்முறையை உருவாக்க யூதர்கள் நம் ஃபியூரரை (ஹிட்லரை) கொல்ல நினைக்கிறார்கள். இதற்குரிய பதிலடி கொடுக்கப்பட வேண்டும் என்றார்.

ஒவ்வொரு கொலையையும் ஒரு தடுப்பு நடவடிக்கையாகச் சித்தரித்ததன் மூலம் சட்டங்களையும், நீதிமன்றங்களையும் கேலிக்கூத்தாக்கினார் கோயபல்ஸ். எல்லா கொலைகளுமே நாஜிகளின் நியாயமான நடவடிக்கை என்று விதந்தோதப்பட்டது. துவக்கத்தில் மகா கூட்டணி மூலமே ஜெர்மன் அரசு அதிகாரத்துக்குள் நுழைந்தார் ஹிட்லர். அதிபராக இருந்த பவுல் ஹிண்டன்பர்க்கை பலவீனமான தலைவராகச் சித்தரித்த கோயபல்ஸ் பலம் வாய்ந்த தலைவர் ஹிட்லரே நாட்டை வழிநடத்த சிறந்த தலைவர் என்றார். அதை மக்களையும் நம்பவைத்து ஏனைய கட்சிகளை ஓரம் கட்டி அதிகாரத்தையும் தனதாக்கிக் கொண்டார் ஹிட்லர்.

1933, மார்ச் 13ஆம் தேதி பொது விவகாரங்கள் மற்றும் கலாச்சாரத்துறை அமைச்சராக கோயபல்ஸ் நியமிக்கப்பட்டார். நாஜி ஜெர்மனியின் கலாச்சாரக் கொள்கை எது என்பதை ஜோசப் கோயபல்ஸ் தீர்மானித்தார். மேடைகளில், ஊடகங்களில், திரைப்படங்களில், நாடகங்களில் எதைப் பேச வேண்டும், எதைப் பேசக்கூடாது என கோயபல்ஸ் முடிவு செய்தார். கடுமையான சென்சார் முறைகள் ஜெர்மனியில் நாஜி சிந்தனை, நாஜி மூச்சு, நாஜி மூளை, நாஜிக் கண்கள் என மக்களை நாஜிமயமாக்கினார்கள்.

ஹிட்லரின் படிப்படியான வளர்ச்சியில் ராணுவ அதிகாரிகளின் பங்கைவிடப் பல மடங்கு முக்கியத்துவம் உள்ளது கோயபல்சின் பிரச்சார வடிவங்கள். நாஜிகளின் நடவடிக்கைகள் எதிர்விளைவுகள் எதனையும் உருவாக்கிவிட முடியாத அளவுக்குப் பிரச்சாரங்கள்

மேற்கொள்ளப்பட்டன. அதனால்தான் ஒழுங்கமைக்கப்பட்ட ஆரியமயமாக்கல் செயல்திட்டத்தில் ஐந்து ஆண்டுகளிலேயே வியக்கத்தக்க அளவில் முன்னேற்றம் கண்டார் ஹிட்லர். தாக்குதல்கள், நாஜிக் கட்சிக்குள் நடத்திய கொலைகள், ஆக்கிரமிப்புகள் எது பற்றியும் உள்நாட்டில் எவரும் பேசவில்லை. அதற்கான சூழலும் இல்லை. பின்னாட்களில் என்ன செய்யப்போகிறோம் என்பதில் மிகத் தெளிவான திட்டங்களோடு ஹிட்லர் 1933ஆம் ஆண்டிலேயே முகாம்களைத் திறக்கத் துவங்கினார். டச்சாவ் என்ற இடத்தில் இருந்த வெடிமருந்து தொழிற்சாலையை முகாமாக மாற்றினார்கள் நாஜிகள். அதில் துவக்கத்தில் நாஜிக் கட்சி அரசியல் தலைவர்களும், ராணுவத்தினருமே அடைக்கப்பட்டுக் கொல்லப்பட்டார்கள். அரசியல் எதிரிகள் சுத்திகரிப்பின் போது அது பெரிய அளவில் வெற்றியளித்தது. அது ஆரம்பநிலையில் நாஜி ராணுவத்தினருக்குப் பரிசோதனையாகவும் இருந்தது.

கோயபல்ஸ் ஜெர்மனியின் உள்ளாட்சி முதல் நகராட்சி என அனைத்தையும் நாஜிக் கட்சியின் கோட்டைகளாக மாற்றினார். கோயபல்சின் வெற்றி எது என்பதில் பிரச்சாரத்தன்மையைப் பிரதானமாக அனைவரும் குறிப்பிடுவார்கள். அது உண்மைதான் ஆனால் ஹிட்லர் ஆட்சிக்கு வந்த ஓராண்டுக்குள் அரசு நிர்வாகத்தை முழுமையாகத் தங்கள் கட்டுக்குள் கொண்டுவந்து கைப்பாவையாக மாற்றுவதில் கோயபல்ஸ் வெற்றி பெற்றார். சட்டம் - பயங்கரவாதம் – போலி நடுநிலை இம்மூன்றையும் சமூகத் தளத்தில் நம்ப வைத்ததில் கோயபல்சுக்கு இணை யாரும் இல்லை. இரண்டாம் உலகப் போருக்குப் பின்னர் எந்த அரசாலும் ஹிட்லரின் பாணியைப் பின்பற்ற முடியாமல் வெவ்வேறு அணுகுமுறைகளோடு அரை பாசிச அரசை நடத்துகிறார்கள் என்றால் அது கோயபல்ஸ் பிரச்சாரமே காரணம்.

ஆரம்பத்தில் தொழிற்சங்கங்களைப் பயன்படுத்தித் தன்னை வளர்த்துக்கொண்ட ஹிட்லர் 1933 மே-2 ஆம் தேதி ஜெர்மனியில் உள்ள அனைத்து தொழிற்சங்கங்களையும் தடை செய்தார். அதன் பின்னர்தான் நாஜிக் கட்சியைத் தவிர வேறு கட்சிகள் தடை செய்யப்பட்டன. ஊடகங்களைப் பொருத்தவரை 1933அக்டோபர் 4ஆம் தேதி ஜெர்மன் அரசு வெளியிட்ட அறிவிப்பில் ஊடகங்களின் ஆசிரியர்கள் ஆரியர்களாக மட்டுமே இருக்க வேண்டும் என்று சட்டமியற்றியது. தணிக்கை முறை அறிமுகமான பின்னர் 1935 காலப்பகுதியில் சுமார் ஆயிரத்து 500 செய்தித் தாள்கள்

மூடப்பட்டன. அவைகளில் பெரும்பாலானவை யூதர்களால் நடத்தப்படுபவையாகவோ நடுநிலை நாளிதழ்களாகவோ இருந்தன.

படிப்படியாக நாஜிகள் இறுதி தீர்வு என்னும் மாபெரும் யூத இனப்படுகொலையை நோக்கி நகர்வதற்கு முன்னால் ஊடகங்களைத் தடை செய்தார்கள். மீதியிருந்தவற்றைத் தங்கள் கட்டுக்குள் கொண்டு வந்தார்கள். நாஜிகளால் ஜெர்மனுக்கு வெளியில் இருந்து ஒலிபரப்பாகும் வானொலி சேவைகளைத் தடைசெய்ய முடியவில்லை. அலைவரிசைகளை முடக்கும் தொழில் நுட்பமும் இல்லை. ஆனால், வெளிநாடுகளில் இருந்து ஒலிபரப்பாகும் வானொலிகளைக் கேட்பது குற்றம் என அறிவித்தார்கள். பிபிசி வானொலி இதை எதிர்கொள்ள நாஜிகளைக் கிண்டல் செய்யும் விதமாகப் புகழ் பெற்ற ஆங்கில காமெடியன் டோமி ஹேண்டிலேயை வைத்து ‘It’s That Man Again’ என்ற நையாண்டி நிகழ்ச்சியை ஒலிபரப்பியது. ஜெர்மன் மக்களும் இதைக் கேட்கட்டும் என்ற நோக்கில் பிபிசி அதைச் செய்தது. மனித குலத்திற்கு எதிரான பாரிய குற்றங்களைப் புரியும் நாஜிகளை நையாண்டி மூலம் எதிர்கொள்ள முடியுமா என்கிற விமர்சனங்கள் அப்போது எழுந்தாலும், அது நகைச்சுவை என்ற வடிவத்தில் இருக்கக் காரணம் ஜெர்மனின் பாசிச சூழல்தான்.

உண்மையில் ஜெர்மனிக்குள் நடந்து கொண்டிருக்கும் மனிதப் பேரவலத்தின் முழு உண்மைகளையும் வெளியுலகம் அறிந்திருக்கவில்லை. 1938இல் ஜெர்மன் ரீச்சோடு ஆஸ்திரியாவை ஹிட்லர் ஆக்கிரமித்து இணைத்துக் கொண்டபோதுகூட சர்வதேச சமூகம் அதை வேடிக்கை பார்த்தது. அமெரிக்க அதிபர் ரூஸ்வெல்ட், ஆஸ்திரிய ஆக்கிரமிப்பை மென்மையாகக் கையாண்டார். அமெரிக்க பொருளாதார நெருக்கடியில் சிக்கித் தவித்துக் கொண்டிருந்தபோது அது ஜெர்மனிக்கு ஹீலியம் விற்பனையை நிறுத்திக் கொண்டது. ஆனால் அமெரிக்க வெளியுறவுத்துறையோ அமெரிக்காவின் பொருளாதார வளர்ச்சிக்கு ஜெர்மனியுடன் சுமூக உறவு அவசியம் என வலியுறுத்தியது. ஆனாலும் மிகவும் தயக்கத்துடன் அமெரிக்கா ஜெர்மனியைக் கண்டித்தது.

1939ஆம் ஆண்டு போலந்து நாட்டின் மீது ஹிட்லர் தாக்குதல் தொடுத்த போதுதான் உலகம் விழித்துக் கொண்டது. அதுவரை அமெரிக்காவோ, பிரிட்டனோ ஹிட்லரின் ஆபத்தை அறிந்திருக்கவில்லை. இதே காலகட்டத்தில்தான் பாசிசத்திற்கு எதிரான தனது மாபெரும் படைப்பான ‘தி கிரேட் டிக்டேட்டர்’ படத்தை சார்லி சாப்ளின்

உலகிற்கு அளித்தார். ஹிட்லரும் - சாப்ளினும் நெருக்கமான சமகாலத்தவர்கள். 1889ஆம் ஆண்டு ஏப்ரல் மாதம் 16ஆம் தேதி சார்லி சாப்ளின் லண்டனில் ஏழைக் குடும்பத்தில் பிறந்தார். அதே 1889ஆம் ஆண்டு ஏப்ரல் மாதம் 20ஆம் தேதி ஹிட்லர் ஆஸ்திரியாவில் பிறந்தார். இருவரும் ஒரே ஆண்டில், ஒரே மாதத்தில், ஒரே வாரத்தில் பிறந்தவர்கள். இந்த ஒற்றுமை வியத்தகு விஷயமாக இருந்தது. ‘தி கிரேட் டிக்டேட்டர் திரைப்படம்’ தான் சார்லி சாப்ளினின் முதல் முழு ஒலியுடன் கூடிய முழுநீள திரைப்படம். 1940ஆம் ஆண்டு ‘தி கிரேட் டிக்டேட்டர்’ திரைப்படம் வெளிவந்து வசூலை வாரிக்குவித்த போதும் அமெரிக்கா இரண்டாம் உலகப்போரில் வெளிப்படையாகக் குதிக்கவில்லை. அது சோவியத் ஒன்றியத்துடனான பனிப்போரில்தான் தீவிரமாக இருந்தது. அப்போதைய அமெரிக்க அதிபர் ஃபிராங்க்ளின் ரூஸ்வெல்ட் “வெற்றியும் தோல்வியும் ஒரே மாதிரி மலட்டுத் தன்மை கொண்டவை என்பதை நீங்கள் புரிந்து கொள்ளவேண்டும்” எனக் கெஞ்சிக் கொண்டிருந்தார். தவிரவும் அமெரிக்கா சார்லி சாப்ளினையும் ஒரு கம்யூனிஸ்டாகவே கருதியது. பிரிட்டன் எந்த நிலைப்பாடுகளையும் எடுக்காமல் சமாதானக் கொள்கையைக் கடைபிடித்தது. சார்லி சாப்ளினின் உன்னத படைப்புகளுள் ஒன்றான ‘தி கிரேட் டிக்டேட்டர்’ ஜெர்மனுக்கும் அமெரிக்காவுக்கும், ஜெர்மனுக்கும் அய்ரோப்பாவுக்கும் இடையில் தேவையற்ற சச்சரவுகளை உருவாக்கும் என்றுதான் அமெரிக்காவும், பிரிட்டனும் கருதியது. இரு நாடுகளுமே சார்லி சாப்ளினை ஆதரிக்கவில்லை. படம் அமெரிக்காவிலும், பிரிட்டனிலும் திரையிடப்படாது என எச்சரிக்கப்பட்டார் சாப்ளின்.

முதலாம் உலகப்போரின் முடிவுக்குப் பின்னால் உருவான அய்ரோப்பிய சூழலை அவதானித்த சாப்ளின் இந்த உலகம் இன்னொரு உலகப்போரைச் சந்திக்கும் என நினைத்தார். 1930 காலப்பகுதியில் ஹிட்லர் ஜெர்மன் அரசியலில் எழுச்சி பெற்றுக் கொண்டிருந்த காலத்தில் அய்ரோப்பாவில் அதன் செல்வாக்கும் வலதுசாரிப் பாசிசமும் எழுச்சி பெற்று வரும் சூழலும் சார்லி சாப்ளினை கவலை கொள்ளச் செய்தது. சாப்ளின் தனது படைப்புகள் மூலம் அரசியலோடு தன்னைப் பிணைத்திருந்தாலும் ‘தி கிரேட் டிக்டேட்டர்’ திரைப்படத்தைப் பாசிசத்துக்கு எதிரான முதல் பேசும் படமாக எடுத்தார். சத்தமில்லாமல் அதன் திரைக்கதையை எழுதிமுடித்தார்.

ஹிங்கெல் என்ற சர்வாதிகாரிக்கும், யூத முடிதிருத்துபவருக்கும் இருக்கும் உருவ ஒற்றுமையைத் தற்செயலாக உருவாக்கினார். ஒரு எளிமையான நாடோடியின் மூலமும், ஹன்னாவின் மூலமும் பாசிசத்தின் முகத்துக்கு நேரில் பேசினார். ஹிட்லரின் சர்வாதிகாரத்தில் தன்னைப் பொருத்தி சாப்ளின் எடுத்த திரைப்படம் வெளிவருமா என்ற குழப்பம் சாப்ளினுக்கு இருந்தது. ஆனால் இந்தத் திரைப்படம் உலக சினிமா இருக்கும்வரை நீண்ட ஆயுளோடு நீடித்திருக்கப் போகிறது என்பதை சாப்ளின் அறிந்திருந்தார்.

சாப்ளினின், ஹிட்லர், ஜோசப் கோயபல்ஸ், ஹெர்மன் கோரிங், இத்தாலியின் பெனிட்டோ முசோலினி போன்ற கதாபாத்திரங்களை வைத்துத் தன்னையே அதில் இரண்டு கதாபாத்திரங்களாக வைத்து நடித்திருப்பார். சாப்ளின் வாழ்ந்த அதே சமகாலத்தில் அமெரிக்க சினிமாவில் கொடிகட்டிப் பறந்த லாரல் மற்றும் ஹார்டி போன்றோர் வணிக நோக்கோடு திரைப்படங்கள் மூலம் கல்லாக் கட்டிக் கொண்டிருந்த போது நீண்டகால நோக்கில் சாப்ளின் 'தி கிரேட் டிக்டேட்டரை' எடுத்தார். 1940ஆம் ஆண்டு 'தி கிரே டிக்டேட்டர்' வெளியானபோது அந்தப் படத்துக்கு ஹிட்லர் அரசு ஜெர்மனிக்குள்ளும் ஜெர்மனியால் ஆக்கிரமிக்கப்பட்ட நாடுகளிலும் தடை விதித்தது. அதே காலகட்டத்தில்தான் இறுதி தீர்வு என்னும் ஹோலோகாஸ்ட் படுகொலைகளைத் தீவிரப்படுத்தினார் ஹிட்லர். அமெரிக்கா இந்தப் படத்தை முதலில் தடுக்க முயன்று தோற்றுப்போனது அமெரிக்கர்கள் இந்தப் படத்தைக் கொண்டாடிவிட்டார்கள். அமெரிக்க பத்திரிகைகள் சார்லி சாப்ளினை '20ஆம் நூற்றாண்டின் மோசஸ்' என்று வர்ணித்தன. கத்தோலிக்கர்கள், கிறிஸ்தவர்கள், ஆபிரகாமியர்கள் என அனைவருமே மோசஸை இறைவாக்கினர் என்றோ தீர்க்கதரிசி என்றோ இன்றுவரை நினைவுகூர்கின்றனர். அன்று இரண்டாம் உலகப் போர் பற்றிய கசப்பை, யதார்த்தத்தை உலகிற்கு உணர்த்திய தீர்க்கதரிசியாக சார்லி சாப்ளினை அமெரிக்கர்களும், குறிப்பாக யூதர்களும் கருதினார்கள்.

இரண்டு மில்லியன் டாலர் செலவில் எடுக்கப்பட்ட 'தி கிரேட் டிக்டேட்டர்' படம் 5 மில்லியன் டாலர்களுக்கும்மேல் ஈட்டிக் கொடுத்ததோடு, சபிக்கப்பட்ட நம்பிக்கையற்று இருந்த யூதர்களுக்குப் பெரும் நம்பிக்கையையும் கொடுத்தது.

இந்தத் திரைப்படம் வெளியான பின்னர் சாப்ளின் கம்யூனிஸ்ட் என்று கட்டம் கட்டப்பட்டார். தி கிரேட் டிக்டேட்டர் திரைப்படம் வெளியாகி இரண்டு ஆண்டுகள் கழித்து இடதுசாரி

கலைஞர்கள் நடத்திய நிகழ்வில் முக்கியப் பேச்சாளராக சாப்ளின் அழைக்கப்பட்டிருந்தார். 1942 அக்டோபர் 16ஆம் நாள் மேடையேறிய சாப்ளின் அவர்களைத் தோழர்களே என அழைத்துத் தன்னை அடையாளப்படுத்திக் கொண்டார்.

"நான் கம்யூனிஸ்டு அல்ல. ஆனால் கம்யூனிஸ்ட் சார்புடையவன் என்று சொல்வதில் பெருமைபடுகிறேன். நான் ஒரு மனிதன். மனித உணர்வுகள் எனக்கும் தெரியும். கம்யூனிஸ்டுகள் மற்றவர்களைவிட வித்தியாசமான ஜீவன்கள் இல்லை. கம்யூனிஸ்டுகளின் தாயும் மற்ற தாய்களைப் போலத்தான். தனது மகன் போர் முனையிலிருந்து திரும்ப மாட்டான் என்று செய்தி கேள்விப்படுகிறபோது அந்தத் தாயும் அழுகிறாள்" என்று பேசியதோடு வெவ்வேறு சூழல்களில் கம்யூனிஸ்டுகளை ஆதரிக்கிறார். "கம்யூனிசம் உலகம் முழுவதும் பரவக்கூடும் என்று அவர்கள் கூறுகிறார்கள். அதனால் என்ன" என்று கேட்டார்.

சாப்ளின் தன்னைக் கம்யூனிஸ்டாக வெளிப்படுத்திக் கொண்ட அல்லது கம்யூனிஸ்ட்கள் மீது ஆதரவு கொண்டவராகக் காட்டிக் கொண்ட காலம் மிக முக்கியமானது. பாசிச நெருப்பு ஜெர்மனில் இருந்து பற்ற வைக்கப்பட்டு அது அய்ரோப்பாவை விழுங்கிக் கொண்டிருந்த நேரம் அமெரிக்காவும்-பிரிட்டனும் பாசிசத்திற்கு எதிரான கொள்கை நிலைப்பாட்டை எடுக்காமல் தடுமாறிக் கொண்டிருந்த காலம். ஆனால் கம்யூனிஸ்டுகளும், சோவியத் ஒன்றியமும் நாஜிகளுக்கு எதிராகவும் பாசிசத்திற்கு எதிராகவும் எடுத்த கொள்கை நிலைப்பாட்டால் சாப்ளின் ஈர்க்கப்பட்டார். ஜெர்மனியில் இனப்படுகொலை தீவிரமடைந்த காலத்தில் 1943ல் சோவியத் ஒன்றியத்தை 'துணிச்சலான புதிய உலகம்' என அழைத்தார் சாப்ளின். தொடர்ச்சியாக சோவியத் ஒன்றியத்தையும் கம்யூனிஸ்டுகளையும் ஆதரித்து வந்தவர் சார்லி சாப்ளின்.

இதனால் அவர் 1952இல் அமெரிக்காவில் தடை செய்யப்பட்டார். அது பற்றி அவர் கவலைப்படவில்லை. இரண்டாம் உலகப்போர் முடிந்து நாஜிகள் அழிந்த பத்தாண்டுகளுக்குப் பின்னர் சாப்ளினிடம் கம்யூனிச ஆதரவு பற்றிக் கேட்டபோது "போரின் போது நான் மிகவும் அனுதாபப்பட்டேன். ரஷ்யாவுடன் நின்றேன் அன்றைய காலக்கட்டத்தில் அமெரிக்க ரஷ்ய பனிப்போர் முக்கியமா? பாசிசம் உலகிற்கு ஏற்படுத்திய ஆபத்து முக்கியமா என்று வந்த போது பாசிச எதிர்ப்பையே முக்கியம் எனக் கருதினேன்" என்றார். இரண்டாம்

உலகப்போருக்குப் பின்னரும் சாப்ளின் சோவியத் ஒன்றியத்தை ஆதரித்தார்.

'தி கிரேட் டிக்டேட்டர்' திரைப்படம் வெளியான ஐந்து ஆண்டுகளில் இரண்டாம் உலகப்போர் நாஜி ஜெர்மனியின் அழிவோடு முடிவுக்கு வந்தது. ஆனால், சார்லி சாப்ளின் கொடூரமான பாசிச யுத்தம், ஜெர்மனிக்குள் நடந்த யூதப் பேரழிவு இவைகளைக் கிண்டல் செய்வதன் மூலம் அதன் பேராபத்தின் வீரியத்தைக் குலைத்து விட்டார் என்றக் குற்றச்சாட்டும் சாப்ளின் மீது வைக்கப்பட்டது. உண்மையில் நாஜி ஜெர்மனிக்குள் நடந்த பேரழிவுகள், உலகின் கவனத்திற்கு வந்த பின்னர்தான் அதற்கு முன்பே வெளியான 'தி கிரேட் டிக்டேட்டர்' படம் மீது இந்த விமர்சனம் முன்வைக்கப்படுகிறது. தனது சுயசரிதையில் இது பற்றிப் பேசிய சாப்ளின், "என்னைப் பொறுத்தவரை, உலகிலேயே மிகவும் வேடிக்கையான விஷயம், ஏமாற்றுக்காரர்களைக் கேலி செய்வதுதான். ஜெர்மன் வதை முகாம்களின் உண்மையான கொடூரங்களை நான் முன்பே அறிந்திருந்தால், 'தி கிரேட் டிக்டேட்டர்' படத்தை நான் உருவாக்கியிருக்க முடியாது. நாஜிகளின் கொலைவெறித்தனத்தை என்னால் கேலி செய்திருக்க முடியாது" என்று கூறினார்.

சாப்ளின் 20ஆம் நூற்றாண்டின் ஹிட்லர்களை மட்டுமல்ல, 21ஆம் நூற்றாண்டிலும் வாழ்ந்து கொண்டிருக்கும், ஆட்சி செய்து கொண்டிருக்கும் ஹிட்லர்களையும் சேர்த்தேதான் கிண்டல் செய்தார்.

'தி கிரேட் டிக்டேட்டர்' படத்தில் பாசிசத்தை மட்டுமல்ல ஆணாதிக்கக் கூறுகளையே பெரிதும் கேள்வி எழுப்பியிருப்பார். ஆணாதிக்க தேசிய வெறியை, ஆண்களின் அதிகார வெறியை தனது உடல் மொழியில் வைத்திருப்பார். இறுதியில் ஹிட்லர் ஆற்றும் உரை தனது நாயகி ஹன்னாவை நோக்கிய அறைகூவலாக இருக்கும். சாப்ளின் தன் தாயான ஹன்னாவின் பெயரையே கிரேட் டிக்டேட்டர் படத்தின் நாயகி பாலெட் கோடார்டுக்கு வைத்திருப்பார். ஆணாதிக்க சர்வாதிகாரம் பெண்களை எப்படித் துரத்தியடிக்கிறது என்பதாகவே அந்தப் படம் நமக்குள் உணர்வை உருவாக்கியிருக்கும். ஹன்னா நான் பேசுவது உனக்குக் கேட்கிறதா? என்றுதான் சாப்ளின் அந்த உரையை நிகழ்த்துவார். "என்னை மன்னித்து விடுங்கள். எனக்கு ஆட்சியாளனாக இருக்கப் பிடிக்கவில்லை. அது என் வேலையும் அல்ல, ஆட்சி செய்யவோ ஒரு இடத்தை ஆக்கிரமித்துக் கொள்ளவோ எனக்கு விருப்பமில்லை. ஒரு பகுதி மக்கள் மீது வெறுப்பைக் கொட்ட என்னால் முடியாது. இந்த உலகத்தில் ஒவ்வொருவருக்கும்

அவர்களுக்கான இடமொன்று உள்ளது. எல்லா வளங்களையும் செழிப்புகளையும் அனுபவிக்கும் உரிமை அனைவருக்கும் உண்டு. ஆனால் நமது அறிவு நம்மைக் கடுமையான மனிதர்களாக மாற்றிவிட்டது. ஒரு இயந்திரத்தைப் போல அன்பற்ற மனிதர்களாக வாழத்தூண்டுகிறது. சர்வாதிகாரிகளின் நோக்கத்திற்கு நீங்கள் பலியாகாதீர்கள்."

"போர்வீரர்களே, கொடூரர்களிடம் உங்களை ஒப்படைக்காதீர்கள். அவர்கள் உங்களை வெறுப்பவர்கள், உங்களை அடிமைப்படுத்துபவர்கள், உங்கள் வாழ்க்கையைக் கடுமையாகக் கட்டுப்படுத்தக்கூடியவர்கள், நீங்கள் என்ன செய்ய வேண்டும், என்ன நினைக்க வேண்டும், எதை உணர வேண்டும் என்றெல்லாம் சொல்பவர்கள்! உங்களைப் பழக்குவார்கள், உங்களைக் குறைவாக உண்ண வைப்பார்கள், கால்நடைகளைப் போலவே உங்களை நடத்துவார்கள். உங்களைப் பீரங்கிக் குண்டுகளுக்கு இரையாக்குவார்கள். மனித இயல்பற்ற அவர்களுக்கு அடிபணிந்துவிடாதீர்கள். இயந்திர மனங்களையும் இயந்திர இதயங்களையும் கொண்ட இயந்திர மனிதர்கள் தான் அவர்கள். நீங்களெல்லாம் இயந்திரங்கள் அல்ல, நீங்களெல்லாம் கால்நடைகள் அல்ல, நீங்கள் மனிதர்கள்! மனிதம் மீதான அன்பு உங்கள் இதயத்தில் இருக்கிறது. நீங்கள் யாரையும் வெறுப்பதில்லை. நேசிக்கப்படாதவர்கள்தான் வெறுப்பார்கள்- நேசிக்கப்படாத, மனித இயல்பற்ற மனிதர்கள்தான் அவர்கள்! போர்வீரர்களே, அடிமைத்தனத்துக்காகப் போரிடாதீர்கள்! சுதந்திரத்துக்காகப் போராடுங்கள்!

"சர்வாதிகாரிகள் தங்களைச் சுதந்திரமாக வைத்துக் கொள்கிறார்கள். ஆனால் மக்களை அடிமைப்படுத்துகிறார்கள். ஆனால் நாம் அத்தகைய வாக்குறுதிகளை உண்மையிலேயே நிறைவேற்றப் போராடுவோம்! தேசங்களின் தடைகளைக் கடந்தும், பேராசைகளைக் கடந்தும், நிராகரிப்பு, சகிப்பின்மையைக் கடந்த சுதந்திர உலகத்துக்காகப் போராடுவோம். நாம் பகுத்தறிவு நிறைந்த உலகத்துக்காகப் போராடுவோம். அறிவியல் மனிதகுலத்தின் மகிழ்வுக்காகப் பயன்படும் உலகத்துக்காகப் போராடுவோம்! வீரர்களே! ஜனநாயகத்தின் பேரால் நாம் ஒன்றிணைவோம்!" என்றுதான் அந்த நீண்ட உரை இருக்கும். 20ஆம் நூற்றாண்டில் சாப்ளினால் எழுதப்பட்ட இந்த உரை இன்றளவும் பாசிசத்திற்கு எதிரான குரலாக இருக்கிறது.

இதே காலகட்டத்தில் உலகப்புகழ்பெற்ற ஓவியர் பிக்காசோ நாஜி ராணுவத்திற்கும் போர் வெறிக்கும் எதிரான தனது 'குவர்னிகா' படைப்பை முன் வைத்தார். 1937ஏப்ரல் மாதத்தில் ஸ்பெயினின் பாஸ்க் நகரை நாஜிப்படைகள் தாக்கின. அதில் சிறு நகரமான குவர்னிகா அழிக்கப்பட்டது. மிகப்பெரிய அழிவைச் சந்தித்த மக்கள் அவலம் உலகை அதிர்ச்சியடையச் செய்தது. ஸ்பெயின் அரசு கேட்டுக் கொண்டதன் பேரில் அந்த நகரத்தின் பேரில் 'குவர்னிகா' என்ற க்யூபிச ஓவியத்தைப் படைத்தார் பிக்காசோ ஜூலியோ கோன்சாலஸ், ஜோன் மிரோ, அலெக்சாண்டர் கால்டர், ஆல்பர்டோ சான்செஸ் மற்றும் ஜோஸ் குட்டிரெஸ் சோலன் போன்ற ஓவியர்கள் போருக்கு எதிராக வரைந்தாலும், பாப்லோ பிக்காசோ போர் வெறியையும் கடந்து தேசிய வெறிக்கு எதிராகத் தன் படைப்புகளை முன்வைத்தார். பாசிசத்திற்கு எதிரான பரந்துபட்ட போராட்டத்தின் ஒரு அடையாளமாக குவர்னிகா இருக்கிறது.

நாஜிகள் வாழ்ந்த காலத்திலேயே அவர்களை எதிர்க்க வல்லரசுகள் தயங்கிய போது கலைஞர்கள் தங்களைச் சுயமாக வெளிப்படுத்தி பாசிசத்தையும் தேசியவாதத்தையும் எதிர்த்து நின்ற வரலாற்றுக்கு சாப்ளினும், பிக்காசோவும் மிகச்சிறந்த மாதிரிகள்.

7
அய்ரோப்பா முழுக்கப் பரவிய இனவாத அறிவியல்

"கேரி பக், அவரது சகோதரி டோரிஸ் பக் மற்றும் அவரது தாயார் எம்மா பக் ஆகியோர் பரம்பரை பலவீனமும் மன நலக்குறைபாடும் உடையவர்கள். இவர்களின் சந்ததிகளும் வளர்ச்சிக்குறைபாடு உடையவர்களாகவே இருப்பார்கள். மூன்று தலைமுறை முட்டாள்கள் போதும். அவர்கள் சந்ததிகளைப் பெருக்கிக் கொள்வதைக் கட்டுப்படுத்தும் நோக்கில் கேரி பக்கிற்கும் அவரது சகோதரி டோரிஸ் பக்குக்கும் கட்டாயக் கருத்தடை செய்யவேண்டும்"

– 1927ஆம் ஆண்டு கேரி பக் வழக்கில் அமெரிக்க உச்சநீதிமன்றம்.

இன்று நாம் அனுபவித்துக் கொண்டிருக்கும் அறிவியல் கண்டுபிடிப்புகள் அனைத்துமே நம் வாழ்வை எளிதாக்கியிருக்கிறது. உயிரியல் ரீதியாக உருவான கண்டுபிடிப்புகளும் வசதிகளும் நம் ஆயுளை நீட்டித்திருக்கிறது. இயற்கை பேரிடர்களில் இருந்து நம்மைப் பாதுகாத்திருக்கிறது. குற்றச் செயல்களில் மறைந்திருந்த ரகசியத்தை உடைத்திருக்கிறது. இப்படி அறிவியல் கண்டுபிடிப்புகளையும், உயிரியல் சார்ந்த கண்டு பிடிப்புகளையும் அடுக்கிக் கொண்டே போகலாம். ஆனால், பிறப்பால் ஒருவர் தரமற்றவர் என்றும் பிறப்பால் ஒருவர் உயர்வானவர் என்றும் போதித்த ஒரு அறிவியல் கொள்கைதான். 20ஆம் நூற்றாண்டில் அய்ரோப்பிய நாடுகளில் அரசு ஆதரவோடு பரவிய 'யூஜெனிக்ஸ்' கோட்பாடு.

முதலாளித்துவம் வளர்ச்சியடைந்து வந்த 19ஆம் நூற்றாண்டில் யுத்தங்களும், தேசிய வெறியும் வளர்ச்சியடைந்து வந்த காலத்தில் பிரிட்டீஷ் ஆய்வாளரும் இயற்கை விஞ்ஞானியுமான பிரான்சிஸ் கால்டன் என்பவரால் முன்வைக்கப்பட்ட தியரிதான் ‘யூஜெனிக்ஸ்’.

யூஜெனிக்ஸ் என்ற கிரேக்க வார்த்தையை ‘நற்குடி பிறப்பு’என்றோ ‘நல்ல பிறப்பு’ என்றோ மொழியாக்கம் செய்து கொள்ளலாம். எதிர்கால சந்ததியை நல்லொழுக்கம், நற்பண்புகள், நேர்மறையான சிந்தனைகள் அடிப்படையில் வளர்த்தெடுக்கும் நோக்கோடு இந்தக் கொள்கை முன்வைக்கப்பட்டது.

சார்லஸ் டார்வினின் இயற்கைத் தேர்வுக் கோட்பாட்டின் தாக்கத்தில் கால்டன் இதை உருவாக்கியதாகச் சொல்லப்பட்டது. தகுதியான மனித குலம் ஒன்றால்தான் உலகம் ஜீவித்திருக்கும் என்றார் பிரான்சிஸ் கால்டன். 1900ஆண்டுகளில் யூஜெனிக்ஸ் கொள்கை தீவிர அறிவியல் ஆய்வுக்கு உட்படுத்தப்பட்டது. முதலாம் உலகப் போரின்போது பல அறிவியலாளர்கள், அதிகாரிகள், அரசியல் தலைவர்கள் யூஜெனிக்ஸை ஆதரித்தனர். இருபதாம் நூற்றாண்டில் பரவிய தொழில்துறை புரட்சிக்கு மத்தியில் உலகின் பல பகுதிகளில் யூஜெனிக்ஸ் சமூகங்கள் தோன்றின. மேற்கு அய்ரோப்பாவிலும், அமெரிக்காவிலும் இந்தக் கொள்கை ஏற்றுக்கொள்ளப்பட்டது. தொழில்துறையின் வளர்ச்சிக்கும் யூஜெனிக்ஸ் இயக்கத்திற்கும் நெருங்கிய தொடர்பு உண்டு.

யூஜெனிக்ஸ் இயக்கம் வளர்ந்த இடங்களில் எல்லாம் விளிம்பு நிலையில் வாழ்ந்த மக்களையே பலவீனமானவர்கள் என்றது. அமெரிக்காவில் அது கருப்பர்களையும், செவ்வியந்தியர்களையும் பலவீனமானவர்கள் என்று அவர்களின் வாழ்வுரிமையைப் பறித்தது. ஆஸ்திரேலியாவில் அது பழங்குடிகளைக் குறிவைத்தது. பிரிட்டனில் அது கருப்பினத்தவரைக் குறி வைத்தது. அய்ரோப்பா முழுக்க ஏன் லத்தீன் அமெரிக்காவிலும் யாரோ ஒரு பகுதி பலவீனமான விளிம்பு மக்களைக் கெட்டவர்களாக்கி செல்வாககு பெற்றது.

1883ஆம் ஆண்டு சர் பிரான்சிஸ் கால்டனால் மனிதவளக் கொள்கையாக முன்வைக்கப்பட்ட யூஜெனிக்ஸ், பரம்பரையாக உருவாகும் பிரச்சனைகளை உயிரியல் ரீதியாகத் தீர்த்துக்கொள்ள முடியும் என்றது. உயிரியல் பிழைகளே பலவீனமான மனிதர்கள் பிறக்கக் காரணம். உயிரியல் ரீதியாகவே அதைத் தீர்த்துக்கொள்ள முடியும் என்றது.

உயிரியல் குறைபாடுகளால் தரமற்ற மனிதர்களாகப் பிறந்தவர்கள் யார் என்பதையும், அவர்களது வாழ்வை சமூகக் குற்றம் என்றும் அடையாளப்படுத்தியது. குறைபாடு உடைய மனிதர்களை யூஜெனிக்ஸ் வகைப்படுத்தியபோது குற்றம்-மன நோய்-குடிப்பழக்கம், வறுமை ஆகியற்றை சமூகத் தீமைகள் என வரையறுத்தது. இந்தக் கோட்பாடு நாஜி ஜெர்மனியின் பாசிச சூழலுக்கு இயல்பாகவே பொருந்திப் போனது.

இங்கிலாந்தின் பர்மிங்காமில் பிறந்த சர் பிரான்சிஸ் கால்டன் கணிதவியலாளர், மனநல மருத்துவர், வானிலை ஆய்வாளர், மரபியல் கூறுகளை ஆய்வு செய்த அறிவியலாளர், பல துறைகளில் உலகளாவிய அளவில் அறிவியல் கண்டுபிடிப்புகளுக்குக் கணிசமான அளவில் பங்களிப்பைச் செய்தவர் கால்டன். வானிலை ஆய்வுகளில் முன்னோடியாக இருந்தவர். 1863ஆம் ஆண்டு அவரது ‘மெட்டியோகிராபிக்கா ‘Meteographica’ என்ற நூல் வானிலை கணிப்பில் புதிய பாய்ச்சலை உருவாக்கியது. வானிலை தகவல்களைப் பதிவு செய்வதற்கான பல புதிய வழிமுறைகளை உருவாக்கினார். உலகின் முதல் வானிலை வரைபடத்தை நாளிதழ் ஒன்றிலும் வெளியிட்டார். புள்ளியியல்துறைக்கும் அளப்பரிய பங்களிப்பைச் செய்திருக்கிறார். குற்றச்செயல்களைக் கண்டு பிடிப்பதில் தடயவியல் அறிவியல் இன்று பெரும் பங்காற்றுகிறது. விரல்களில் உள்ள ரேகைகள், உள்ளங்கை ரேகைகளை ஜோசியக்காரர்கள் நீண்ட காலமாகப் பயன்படுத்தி வந்த நிலையில், கால்டன்தான் முதன் முதலில் ‘டெர்மடோகிளிஃபிக்ஸ்’ ஆய்வை செய்து கைரேகை அறிவியலின் அடிப்படையை நிறுவினார். கைரேகைகள் தனித்துவமானவை. வாழ்நாள் முழுக்க நிலையானது. குற்றம் நடந்த இடங்களில் கைரேகை பதிவுகளை வைத்து குற்றச் செயலில் ஈடுபட்ட நபர்களை அடையாளம் காணலாம் என்ற அறிவியலை வழங்கியவர் கால்டன்தான்.

வானவியல் ஆய்வுகளில் தொடங்கி கைரேகைக்கு வந்த பிரான்சிஸ் கால்டன் பிரார்த்தனையின் சக்தி என்ன என்று ஆய்வு செய்யத் தொடங்கினார். பிரார்த்தனையின் செயல்திறன் பற்றிய புள்ளி விபர விசாரணைகளை நடத்தி 1872ஆம் ஆண்டு வெளியிட்டார். அதற்கு ஏகப்பட்ட வரவேற்பு இருந்தது. அதனையொட்டி நுண்ணறிவு, உளவியல் தொடர்பாக ஆய்வுகளை மேற்கொண்ட கால்டனின் ஆய்வுகளில் ‘பரம்பரை மேதமை’ என்ற ஆய்வு முக்கியமானது.

பிரான்சிஸ் கால்டன் தனது உறவினரான சார்லஸ் டார்வினின் ‘ஆன் தி ஆரிஜின் ஆஃப் ஸ்பீசீஸ்’ (1859) என்ற ஆய்வை வாசித்ததன் மூலம் அதைப் புதிய அறிவின் தொடக்கமாக உணர்ந்து பரம்பரை நற்பண்புகள் தொடர்பான ஆய்வில் ஈடுபட்டார். கிரேக்க மொழியில் இருந்து ‘யூஜெனிக்ஸ்’ என்ற சொல்லை எடுத்து நல்ல பிறப்பு என வகைப்படுத்தி வெற்றிகரமான குடும்பங்களின் பரம்பரை பண்புகள், தோல்வியடைந்த குடும்பங்களின் பரம்பரை பண்புகளை ஆய்வு செய்தார். நற்பண்புகள் உள்ள வெற்றிகரமான குடும்பங்களைச் சேர்ந்தவர்கள் இளம் வயதிலேயே திருமணம் செய்துகொண்டு அதிகக் குழந்தைகளைப் பெற்றுக்கொண்டால் மனித சமூகம் ஆரோக்கியமான சமூகமாக மாறும் என்றார். தான் கண்டுபிடித்த இந்தக் கொள்கை மனித வாழ்வை மேம்படுத்தும் கொள்கை என வாதிட்டார்.

கால்டனின் கொள்கைகள் ஆங்கிலோ சாக்ஸன்களிடம் பெரும் செல்வாக்குப் பெற்றது. அவர்கள் மஞ்சள் நிற முடி மற்றும் நீல நிற கண்கள் கொண்ட மனிதர்களை உயர்ந்த பண்புகளைக் கொண்ட மனித குலத்திற்கு அடையாளமாக வைத்தனர். பிரான்சிஸ் கால்டன் யூஜெனிக்ஸ் கோட்பாட்டை வழங்கிவிட்டு 1911ஆம் ஆண்டு இறந்தும் விட்டார். அவர் வாழ்ந்த காலத்திலேயே யூஜெனிக்ஸ் கொள்கை பரவத்துவங்கி அவர் மறைவுக்குப் பின்னர் அய்ரோப்பிய அரசாங்கங்களாலேயே ஏற்றுக்கொள்ளப்பட்டுச் சட்ட ரீதியாகப் பாதுகாக்கப்பட்ட இயக்கமாக யூஜெனிக்ஸ் ஆதிக்கம் செலுத்தியது. அய்ரோப்பிய நாடுகளில் பரவிய வலதுசாரி தேசிய வெறிக்குத் தீனியிட்டது யூஜெனிக்ஸ்.

பிரான்சிஸ் கால்டன் கண்டுபிடித்த ‘யூஜெனிக்ஸ்’கொள்கையை மிகச்சிறந்த இனக்கோட்பாடாக ஏற்றுக்கொண்ட ஹிட்லர், யூத மக்களின் பிரச்சனைகளுக்குத் தீர்வாக முன் வைத்த “இறுதி தீர்வு” திட்டத்தின் அடிப்படையாக யூஜெனிக்ஸ் கொள்கையை வைத்தார். இரண்டாம் உலகப்போர் என்ற கொடிய போருக்கும். ஜெர்மனிக்குள் 60 லட்சம் யூதர்கள் கொல்லப்படவும் அறிவியல் ரீதியான அடிப்படையாக இருந்தது பிரான்சிஸ் கால்டன் கண்டு பிடித்த அறிவியல் கொள்கை ‘யூஜெனிக்ஸ்.’

பிரிட்டனில் யூஜெனிக்ஸ்

யூஜெனிக்ஸ் கோட்பாட்டை மனிதவளக்கொள்கையாக 1883ஆம் ஆண்டு பிரான்சிஸ் கால்டன் பிரிட்டனில் முதன் முதலாக முன் வைத்தார். முதலாளித்துவமும், கோடீஸ்வரர்களின் ஏகபோகத்

தொழில் உரிமைகளையும் உறுதி செய்வதற்கான மனித வளத்தை உற்பத்தி செய்வதற்கான கோட்பாடாகவே இது முன்வைக்கப்பட்டது. மனிதர்களைத் தகுதியுள்ள மனிதர்கள், தகுதியற்ற மனிதர்கள் அல்லது, பலம் பொருந்திய மனிதர்கள் பலவீனமான மனிதர்கள் என இரு வகையாக அது பிரித்தது. சமூகத்தில் நிலவும் ஏற்றத் தாழ்வுகளுக்குச் சமநிலையற்ற இந்த மனித வளர்ச்சியே காரணம். சமூகத்தில் நிலவும் பொருளாதார ஏற்றத்தாழ்வுகளை கால்டன், பிறப்பின் அடிப்படையில் பாகுபடுத்தினார்.

தகுதியற்ற மனிதர்களின் திறமையின்மைக்கும், பலவீனங்களுக்கும் பரம்பரைக் காரணங்கள் உண்டு. தகுதிக் குறைபாடுடைய, பலவீனமான மனிதர்கள் உருவாவதைக் கட்டுப்படுத்தினால் சமநிலை உருவாகும் என்பதுதான் பிரான்சிஸ் கால்டனின் யூஜெனிக்ஸ் கோட்பாடு.

'பரம்பரைத் திறமை மற்றும் குணாதிசயம்' என்ற தலைப்பில் கால்டன் தனது முதல் கட்டுரையை மேக்மில்லன்ஸ் இதழில் வெளியிட்டார். அக்கட்டுரையில் ஒரு இனத்தின் முன்னேற்றம் நல்ல பெற்றோர்களும் இயற்கையோடு இணைந்த வாழ்க்கையோடும் தொடர்புடையது என்றார். பரம்பரை மேதமை என்பதே ஆரோக்கியமான ஒரு இனத்தை உருவாக்கும். என்று தொடர்ச்சியாகக் கருத்துப் பரப்பலில் ஈடுபட்டார். அவரது கருத்துகள் வெள்ளை இன பல்கலைக்கழகப் பேராசிரியர்கள், அறிவுலகினரிடம் பெரும் செல்வாக்குச் செலுத்தியது. அவர் லண்டனில் இருக்கும் தி கெனிங்ஸ்டன் மியூசியத்தில் பொதுமக்களை அவர்களின் தராதரத்தை அளவிடுவதற்கான மானுடவியல் ஆய்வகத்தை நிறுவினார். "உடல் மன ரீதியாக எதிர்காலச் சந்ததிகளின் குணங்களை மேம்படுத்துவதற்கான ஆய்வு" என்று அதை கால்டன் அறிவித்தார்.

பிரான்சிஸ் கால்டனின் உறவினரான சார்லஸ் டார்வின் யூஜெனிக்ஸ் கோட்பாட்டை ஏற்றுக் கொள்ளவில்லை. மனித வாழ்வின் உன்னதமான பல விஷயங்களை இழப்பதற்கு இந்தக் கொள்கை வழிவகுக்கும் என்றார் டார்வின்.

19ஆம் நூற்றாண்டின் இறுதி பத்தாண்டுகளில் நகரங்கள் சேரிகள் என நாடுகள் பிளவுண்டன. ஏழ்மையும், வறுமையும் பல நாடுகளில் கொந்தளிப்பை உருவாக்கிய நிலையில் வறுமைக்குக் காரணம் பரம்பரையான மரபணு காரணங்களே என்றார். அதைப் பரம்பரை ரீதியாகவே சரி செய்துகொள்ள முடியும் என்றார்.

பிரான்சிஸ் கால்டனும் அவரது ஆதரவாளர்களும் ஏராளமான புதினங்களை எழுதி வெளியிட்டார்கள். யூஜெனிக்ஸ் கோட்பாட்டை அடிப்படையாக வைத்துப் பல நாடகங்கள் அரங்கேற்றப்பட்டன. இந்தக் கொள்கைப் பரவலின் துவக்கத்தில் அறிவுலகினர் பலியானது போல இடதுசாரிகளில் ஒரு சாராரையும் இந்தக் கொள்கை ஈர்த்தது.

Eugenics Education Society லண்டனில் 1907இல் நிறுவப்பட்டது. ஏழ்மைக்கும் வறுமைக்கும் போதாமைகளுக்கும் காரணம் தமது சொந்த பலவீனம்தான் எனத் தொழிலாளர் வர்க்கத்துக்குப் போதிக்கப்பட்டது. ஏழைகள் கருவுறுதலைக் கட்டுப்படுத்த வேண்டும் என்பதைத் தீர்வாகவும் முன்வைத்தது. பிரான்சிஸ் கால்டனின் நண்பரும் வரலாற்றாய்வாளருமான கார்ல் பியர்சன் 1911ஆம் ஆண்டு லண்டன் பல்கலைக்கழகக் கல்லூரியில் யூஜெனிக்ஸ் கல்வியின் முதல் பேராசிரியராக நியமிக்கப்பட்டார்.

இதே காலத்தில்தான் யூஜெனிக்ஸ் கொள்கை பிரான்ஸ், ஆஸ்திரேலியா, அமெரிக்கா, இத்தாலி எனப் பரவத்துவங்கியது. 1912முதல் பிரிட்டன் பாராளுமன்றத்தில் யூஜெனிக்ஸ் கொள்கையின் அடிப்படையில் பலவீனமானவர்களின் இனப்பெருக்கத்தைக் கட்டுப்படுத்தும் நோக்கில் சீர்திருத்தம் என்ற பெயரில் கட்டாயக் கருக்கலைப்புச் சட்டத்தைக் கொண்டுவர முயன்று இறுதியாக, 1931-1932 ஆண்டுகளில் நிறைவேற்றினார்கள். 1911முதல் இரண்டாம் உலகப்போர் முடிந்த 1945 வரை இந்த இயக்கம் அய்ரோப்பா முழுக்கத் தீவிரமாக இருந்தது என்று சொல்லலாம். தேசிய வெறியின் உச்சக்கட்ட காலம் என்றும் இதைச் சொல்ல முடியும்.

1945ஆம் ஆண்டு இரண்டாம் உலகப்போருக்குப் பின்னர் நாஜிகளின் தேசமான ஜெர்மனுக்குள் ரஷ்யப் படைகளும், பிரிட்டன் படைகளும் நுழைந்தபோது அவர்கள் கண்ட காட்சிகள் உலகை அதிர்ச்சியடைய வைத்தது. குவிக்கப்பட்ட எலும்புக் கூடுகள், நிராதரவாகக் கைவிடப்பட்ட ஆயிரக்கணக்கான குழந்தைகள், எலும்பும் தோலுமாக பாதி உயிரோடு கைவிடப்பட்ட வதை முகாம் மனிதர்கள் என உலகம் அந்தக் கோரத்தைக் கண்டபோது அதிர்ச்சியில் உறைந்து போனது. ஆனால், இந்த மாபெரும் இன அழிப்பும், கொலைகளும் அடிப்படை சிந்தாந்தமாக அமைந்தது 'யூஜெனிக்ஸ்' என்பதைக் கண்டு பிடித்தபோது பிரிட்டனில் இந்தக் கொள்கைக்கு எதிரான எண்ண ஓட்டங்கள் உருவானது.

ஒரே மாதிரியான வெள்ளை இனத்தைக் கோட்பாட்டு ரீதியாக உருவாக்கி ஏனைய இனங்களைப் படிப்படியாக இல்லாமல் ஆக்கும் கொள்கை பற்றிப் பலரும் மோசமாக விமர்சித்து எழுதத் துவங்கினார்கள். இந்தப் பூமியில் வாழ்வதற்கான உரிமை, பாலியல் உறவு கொள்வதற்கான உரிமை, அடிப்படையானது என்பதை ஏற்க மறுத்த யூஜெனிக்ஸ் கொள்கை நாஜி அறிவியலோடு பொருந்திப் போவதை உலகம் கண்டு கொண்டது. அல்லது இனவெறியர்கள் இந்த அறிவியல் கோட்பாட்டை எளிதில் உள்வாங்கிக் கொள்ளமுடியும். பயன்படுத்திக் கொள்ளமுடியும் என்ற உண்மை தெரியத் துவங்கியது.

பிரான்சிஸ் கரல்டன் 1911ஆம் ஆண்டிலேயே மறைந்துவிட்ட நிலையில் ஜெர்மனியில் நாஜிகள் நடத்திய இன அழிப்பு 'யூஜெனிக்ஸ்' கொள்கைக்குப் பெரும் சவாலை ஏற்படுத்தியது. மக்களை இன ரீதியாகப் பிரிக்கவும், வறியோர், விளிம்புநிலை மக்களின் வாழ்வுரிமையை யூஜெனிக்ஸ் பறிப்பதாகவும் குற்றச்சாட்டுகள் எழுந்தது.

கால்டனின் ஆதரவாளர்கள் யூஜெனிக்ஸ் கொள்கைக்கு 'இன சுகாதாரம்' என்றும் 'இன மேன்மை' என்றும் அழைத்தனர். ஆனால் இரண்டாம் உலகப்போர் முடிவுக்குப் பின்னர் மாபெரும் யூதர் இனப்படுகொலை யூஜெனிக்ஸ் கொள்கையின் ஆபத்தைப் பலதரப்பினருக்கும் உணர்த்தியது. 1989ஆம் ஆண்டு பிரான்சிஸ் கால்டன் பெயரில் அமைக்கப்பட்ட யூஜெனிக்ஸ் சொஸைட்டி கால்டன் இன்ஸ்டியூட் என்று பெயரிடப்பட்டதோடு அது பலவீனமாக ஒரு பகுதிக்குள் தள்ளப்பட்டது.

ஆஸ்திரேலியாவில் யூஜெனிக்ஸ்

ஆஸ்திரேலியாவில் அது நவீன கொள்கைபோல வரவேற்கப்பட்டது. பிரான்சிஸ் கால்டன் ஆஸ்திரேலிய யூஜெனிக்ஸ் இயக்கத்தில் உற்சாகமாகப் பங்கேற்றார். புகழ்பெற்ற மெல்போர்ன் பல்கலைக்கழகம் உடற்கூறியல் பேராசிரியராக இருந்த ரிச்சர்ட் பெர்ரி யூஜெனிக்ஸ் சமூகத்தில் செல்வாக்குச் செலுத்தியதோடு அதற்கு அறிவார்ந்த விளக்கத்தைப் பல்கலைக்கழகம் மூலம் கொடுக்க முயன்று அந்த இயக்கத்தை வளர்த்தார்.

ஆஸ்திரேலிய வெள்ளையர்களிடம் யூஜெனிக்ஸ் கொள்கை புகழ்பெறத் துவங்க ஆஸ்திரேலியாவிலும் கட்டாயக் கருத்தடையைச் சட்டமாக்க முயன்றனர். சில முறை கடும் எதிர்ப்பால் இந்த மசோதா

கைவிடப்பட்டது. 1928ஆம் ஆண்டு அப்போதைய ஆஸ்திரேலிய அமைச்சர் சர் நேவிஸ் ஹைவுஸ் அவர்களால் குறைபாடுடைய தேசிய கணக்கெடுப்பு நடத்தப்பட்டது. ஆரோக்கியமான எதிர்கால சந்ததியை உருவாக்குதல் என்ற கோஷத்தோடு நடந்த இந்தக் கணக்கெடுப்பின் முடிவில், மரபியல் குறைபாடு, மன ரீதியான குறைபாடு, பலவீனமானவர்கள் எனத் தொழிலாளர் வர்க்கத்திலேயே அதிகம் காணப்படுவதாக அந்தக் கணக்கெடுப்பு முடிவுக்கு வந்தது. இறுதியாக, 1939ஆம் ஆண்டு ஒருமனதாகக் கருத்தடைச் சட்டம் நிறைவேற்றப்பட்டது. ஆஸ்திரேலியாவில் பல மாநிலங்கள் இந்தக் கருத்தடைச் சட்டத்தை நிறைவேற்றின. இங்கும் இந்தக் கட்டாயக் கருத்தடைச் சட்டம் பாலியல் தொழிலாளர்கள், ஓரினச்சேர்க்கையாளர்கள், திருநங்கைகள், கருப்பினத்தவர், அபராஜினல்களையே பெரும்பகுதி பலியாக்கியது.

அமெரிக்காவில் யூஜெனிக்ஸ்

அமெரிக்காவில் யூஜெனிக்ஸ் இயக்கம் 1890-களில் கவனம் ஈர்த்தது. மனித இனத்தில் உள்ள விரும்பத்தகாத பண்புகளை மரபியல் ரீதியாக அகற்றும் நோக்கோடு அமெரிக்கா யூஜெனிக்ஸ் கொள்கையை ஏற்றுக்கொண்டது. கட்டாயக் கருத்தடைகளைச் சட்டபூர்வமாக்கிய அமெரிக்கா, உடல் ரீதியான, மனரீதியான குறைபாடு உடையவர்கள் மாற்று இனத்தவரை திருமணம் செய்து கொள்வதைத் தடை செய்தது. நிற வெறி கோலோச்சிய அக்காலத்தில் நல்ல மரபணு கொண்ட வெள்ளையர்கள் அதாவது பொருளாதார ரீதியிலும், உடல் ஆரோக்கியத்திலும் உயர்ந்தவர்கள் என்ற பொதுப்புத்தியை கோட்பாட்டு ரீதியாக 'யூஜெனிக்ஸ்' கொள்கை உறுதி செய்தது.

"தற்காலத்தில் நாம் என்னவாக இருக்கிறோம் என்பது உங்கள் பெற்றோர் பிறந்த போதே தீர்மானிக்கப்பட்டு விட்டது. மரபியல் மட்டுமே நமது அன்றாட வாழ்வில் நாம் தரமான மனிதர்களாக இருக்கிறோமா? அல்லது பலவீனமான மனிதர்களாக இருக்கிறோமா?" என்பதைத் தீர்மானிக்கிறது எனப் பிரச்சாரம் செய்தார்கள்.

உடல், மனரீதியாக ஊனமுற்றோரை குற்றவாளிகள், பாலியல் மாறுபாடு கொண்டவர்கள், ஓரினச்சேர்க்கையாளர்கள், கருப்பினத்தவர், நாடோடிகள் என 14 வகைகளாக மக்களை வகைப்படுத்தினர். வடக்கு மற்றும் மேற்கு அய்ரோப்பிய பரம்பரையைக் கொண்டவர்கள் விரும்பத்தக்க 'யூஜெனிக்ஸ்'களாகவும்,

வெள்ளையர்கள் அல்லாதவர்கள் விரும்பத்தகாதவர்களாகவும் கருதப்பட்டனர்.

சிறந்த இனப்பெருக்கம், மனித குலத்தின் முன்னேற்றத்திற்காக அர்ப்பணிக்கப்பட்ட இந்தக் கொள்கை மூலம் நேர்மறையான மனிதர்களை உருவாக்க முடியும் என நம்பினார்கள். உடல் ரீதியாக, இன ரீதியாக, பரம்பரை ரீதியாக ஆரோக்கியமான நபர்களை உருவாக்க முடியும் என்றனர். இதற்கான யூஜெனிக்ஸ் மையங்கள் உருவானது. அவர்கள் தகுதியான குடும்பங்களுக்குத் திருமணம், உடலுறவு, உணவு, வாழ்க்கைமுறை தொடர்பாகப் பல விதமான பயிற்சிகளை வழங்கினார்கள். குறிப்பாகத் தாய்மைப் பயிற்சி இதன் பிரதான அம்சமாக இருந்தது.

அமெரிக்காவில் 1890களில் யூஜெனிக்ஸ் கொள்கையை சார்லஸ் டேவன்போர்ட் (Davenport) பரவலாக்கினார். மிகச்சிறந்த உயிரியல் ஆய்வாளரான அவர் அமெரிக்க யூஜெனிக்ஸ் இயக்கத்தின் தந்தை எனப் போற்றப்படுகிறார். டேவன் போர்ட் விலங்குகளின் பரம்பரை தன்மை குறித்து ஆய்வு செய்தார். தனது ஆய்வுகளை மனிதர்களுக்கு மாற்றியபோது மனிதர்களில் விரும்பத்தகாத பண்புகளை எப்படிக் குறைப்பது என ஆய்வு செய்தார். மனித குலத்தில் விரும்பத்தகாத பண்பு என்பதை யார் எந்த வகையில் தீர்மானிப்பது? அடிமை வணிகத்திற்காகக் கருப்பர்களைக் கடத்தி வந்தது விரும்பும் பண்பா? என்ற கேள்வி அப்போது எழவில்லை. டேவன்போர்ட் 1910ஆம் ஆண்டு நியூயார்க்கில் லாங் தீவில் யூஜெனிக்ஸ் அலுவலகத்தைத் திறந்து அதைப் பரவலாக்கினார். ஆய்வாகத் துவங்கிய யூஜெனிக்ஸ் இனக்கலப்பு மனித இனத்தைச் சேதப்படுத்தும் என்று இனச் சீரழிவுக்கு வந்து சேர்ந்தனர்.

யூஜெனிக்ஸ் கொள்கை இரண்டு வகையாக இருந்தது. ஒன்று நேர்மறை, இன்னொன்று எதிர்மறை. தரமான நல்ல பண்புகளைக் கொண்டவர்களை இனப்பெருக்கம் செய்ய ஊக்குவிப்பதன் மூலம் மனித குலத்தை மேம்படுத்தும் இலக்கை அது கொண்டிருந்தது. இன்னொன்று எதிர்மறை. விரும்பத்தகாத பண்புகளைக் கொண்டவர்களை இனப்பெருக்கம் செய்வதைத் தடுப்பதன் மூலம் மனித குலத்தைக் காப்பது. விரும்பத்தகாத பண்புகளைக் கொண்டவர்கள் இனப்பெருக்கம் செய்வதைத் தடுக்க 1907ஆம் ஆண்டு அமெரிக்காவில் இண்டியானா மாநிலத்தில் சட்டம் நிறைவேற்றப்பட்டது. பலவீனமானவர்கள், குறைபாடுகள் உடையோர், நோயுற்றோர் இனப்பெருக்கத்தில் ஈடுபடுவதைத்

தடுக்கும் நோக்கில் கட்டாயக் கருத்தடைச் சட்டம் அமலானது. அமெரிக்காவின் 18 மாநிலங்களில் யூஜெனிக் கருத்தடைச் சட்டம் இயற்றப்பட்டது. ஒழுக்கக் கேடானவர்கள், தாய்மைக்குத் தகுதியற்றவர்கள், விரும்பத்தகாத பண்புகொண்டவர்கள் வேறு இனத்தாரை திருமணம் செய்வதை மறைமுகமாகத் தடை செய்தது இச்சட்டம்.

1907முதல் 1939ஆம் ஆண்டுக்கு இடையில் 30 ஆயிரம் பேருக்கு அவர்களுக்கே தெரியாமல், அவர்களின் சம்மதத்தைப் பெறாமல் கருத்தடை செய்யப்பட்டது. கருத்தடை அறுவை சிகிச்சை மையங்கள் கலிபோர்னியாவில் நடத்தப்பட்டன. ஆண்களை விட அதிக அளவில் பெண்களுக்குக் கருத்தடை செய்யப்பட்டது.

வெள்ளை ஒழுக்க அறிவியலின் முதல் பலி - கேரி பக்!

யூஜெனிக்ஸ் கொள்கை பரவலாக ஏற்றுக் கொள்ளப்பட்ட போது அது அமெரிக்காவில் வசித்த நோர்டிக் வெள்ளையர்கள், ஆங்கிலோ சாக்சன் வழி வந்தோரை தவிர ஏனைய இனங்களைப் பாதித்தது. வெள்ளையர்களாக இருந்தாலும் அவர்களில் வலிப்பு நோயாளிகள், மனநோயாளிகள், வேலையற்றவர்கள், ஏழ்மை நிலையில் உள்ளோர், வீடற்றவர்கள், பாலியல் தொழிலில் ஈடுபடும் பெண்கள், குடிகாரர்கள், தண்டனை பெற்ற குற்றவாளிகள், ஓரினச் சேர்க்கையாளர்கள், என அனைவரையுமே பரம்பரை சீரழிவின் உற்பத்திகள் என வகைப்படுத்தியது. இவர்களைச் சமூகத்தின் தீமைகள் என வரையறுத்து அவர்களுக்குக் குடியேற்றக் கட்டுப்பாடுகள், திருமணத் தடைகள், கருத்தடை எனக் கட்டுப்பாடுகள் என்ற பெயரில் கடும் தண்டனைக்கு உள்ளாக்கினர்.

யூஜெனிக்ஸ் என்ற வெள்ளை ஒழுக்கத்தின் பெயரால் முதன் முதலாகத் தண்டனைக்குள்ளானவர்தான் ‘கேரி பக்’ என்ற அப்பாவிப் பெண். 1906ஆம் ஆண்டு ஜூலை 3ஆம் நாள் அமெரிக்காவின் விர்ஜீனியா மாகாணத்தில் பிறந்தவர்தான் கேரி எலிசபெத் பக். அவரது தாய் எம்மா பக்கிற்கு மூன்று குழந்தைகள். அதில் மூத்தவள் கேரி பக். அவளுக்கு டோரிஸ் பக் என்ற சகோதரியும், ராய் ஸ்மித் என்ற சகோதரனும் இருந்தனர். எம்மா பக் ஃபிரடெரிக் பக் என்பவரை திருமணம் செய்திருந்தார். ஏழையான எம்மா பக்கிற்கு மன ரீதியான சில பிரச்சனைகள் இருந்துள்ளது. அபத்தமான அவரது வாழ்க்கைச் சூழல் காரணமாக ஒழுக்கமின்மை, பாலியல் தொழில், இதன் மூலம் சிபிலிஸ் தொற்று போன்ற நோய்களால் சிரமப்பட்ட எம்மா பக்

காப்பகத்திற்கு அனுப்பப்பட்டார். காப்பகத்துக்கு அனுப்பப்பட்டதால் குழந்தைகளை அவரால் சட்ட ரீதியாகக் கவனித்துக் கொள்ளமுடியாது என்பதால், அவரது முதல் குழந்தையான கேரி பக் ஜான் – ஆலீஸ் டோப்ஸ் என்ற வளர்ப்புப் பெற்றோரிடம் ஒப்படைக்கப்பட்டது. வளர்ப்புப் பெற்றோரிடம் ஒப்படைக்கப்பட்ட கேரி பக் பொதுப் பள்ளியில் சேர்க்கப்பட்டார்.

ஆனால், கேரி பக் சாதாரண மாணவராக இருக்கிறார். அவர் கல்வியைத் தொடர தகுந்தவர் அல்ல என்று காரணம் கூறி பொதுப்பள்ளி, கேரி பக்கை வளர்ப்புப் பெற்றோரிடமே அனுப்பி வைத்தது. ஆறாம் வகுப்போடு நிறுத்தப்பட்ட கேரி பக்கை வீட்டு வேலைகளுக்குப் பயன்படுத்திக் கொண்டனர் வளர்ப்புப் பெற்றோர்.

ஊதியமற்ற தொழிலாளியாகக் குழந்தைத் தொழிலாளியாகத் தன் காலத்தை கேரி பக் வளர்ப்பு பெற்றோர் வீட்டில் கழித்தார். கேரி பக்கிடம் இருந்த சின்னச் சின்ன குறைபாடுகளை வளர்ப்புப் பெற்றோர் சரிசெய்து அவரைப் பள்ளிக்கு அனுப்பாமல் அவரைத் தங்கள் வீட்டு வேலைகளுக்குப் பயன்படுத்தி வந்தனர்.

1923ஆம் ஆண்டில் தனது 17 வயதில் கேரி பக் ஆலிஸ் டோப்ஸின் மருமகனான கிளாரன்ஸ் கார்லேண்டால் பாலியல் வன்முறைக்குள்ளாக்கப்பட்டார். பாலியல் வன்முறைக்குள்ளாக்கப்பட்ட கேரி பக் கர்ப்பமுற்றார். ஜான் – ஆலீஸ் டோப்ஸ் தம்பதிகள் கேரி பக் கர்ப்பமுற்றதை அறிந்தும் அவளை அவளது மனக்குறைபாடு வலிப்பு நோய்களையும் கருத்தில் கொண்டு விர்ஜீனியாவில் உள்ள காப்பகத்திற்கு அனுப்ப முடிவெடுத்தனர். கேரி பக்கிற்கு அடுத்த ஆண்டு குழந்தை பிறந்தது அதற்கு விவியன் எனப் பெயரிட்டார்கள். அக்குழந்தையை வளர்ப்பதாக ஒப்புக் கொண்ட வளர்ப்புப் பெற்றோர் கேரியை காப்பகத்திற்கு அனுப்பி வைத்தார்கள்.

கேரி பக் காப்பகத்திற்கு அனுப்பப்பட்ட அதே ஆண்டுகளில் ‘யூஜெனிக்ஸ்’ இயக்கம் அமெரிக்காவில் திவீரம் பெற்று வந்தது. விர்ஜீனியா சட்டமன்றம் நாட்டு நலனை பாதுகாப்பதாகக் கூறி, 1924ஆம் ஆண்டு பலவீனமானவர்கள் குழந்தை பெற்றுக் கொள்ளும் உரிமையைக் கட்டுப்படுத்தும் நோக்கில் கட்டாயக் கருத்தடைச் சட்டத்தைக் கொண்டு வந்தது.

கேரி பக் காப்பகத்திற்கு அனுப்பப்பட்ட நிலையில் அந்தக் காப்பகத்தின் கண்காணிப்பாளராக இருந்தவர் உளவியல் மருத்துவர் பி.எஸ். பிரிட்டியிடமும் அக்காலத்தில் ‘யூஜெனிக்ஸ்’

இயக்கத்தின் ஆரோக்கியமான சமூகம் என்ற கொள்கை செல்வாக்குப் பெற்றிருந்தது.

யூஜெனிக்ஸ் கொள்கையை ஆதரித்தவர்கள் கட்டாயக் கருக்கலைப்புச் சட்டத்தை நடைமுறைப்படுத்துவதற்கான ஒரு வாய்ப்பை எதிர்பார்த்துக் காத்திருந்தபோது அதற்குப் பலியாடாகச் சிக்கியவர்தான் கேரி பக். பிரட்டியின் கட்டுப்பாட்டில் இருந்த மன நலக்காப்பகம் கேரி பக்கின் மனநிலையை ஆய்வு செய்து அறிக்கையொன்றைத் தயாரித்தது.

அதில் கேரி பக் மனநல உறுதி அற்றவர். கேரியின் தாயான எம்மா பக்கும் இதே மனநலக்காப்பகத்தில் இருந்தவர். தாய் மகள் இருவருமே மனநலக் குறைபாடு உடையவர்கள் என்னும் நிலையில் கேரி பக் மீண்டும் குழந்தை பெற்றெடுத்தால் அதுவும் இதே போன்ற குறைபாடுடைய குழந்தையாக இருக்கும் என்று அறிக்கை அளித்தது. ஆனால், கேரியும் அவரது சகோதரியும் கருத்தடை செய்து கொண்டால் மீண்டும் சமுகத்தில் ஒன்று கலந்து சகல உரிமைகளோடும் அவர்கள் வாழ முடியும் என்றது அந்த அறிக்கை.

டாக்டர் பிரிட்டி இந்த அறிக்கையை அடிப்படையாக வைத்து கேரி பக்கிற்குக் கருத்தடை செய்யக் கோரி நீதிமன்றத்தில் அனுமதி கோரினார். அவர் இந்த வழக்கு நடந்த காலத்தில் இறந்துவிட அதே வழக்கை பெல் ஏற்று நடத்தினார். அமெரிக்க நீதித்துறை இந்த வழக்கை கேரி *VS* பெல் என்றே குறிப்பிடுகிறது. பல கட்ட விசாரணைகளுக்குப் பின்னர் 1927ஆம் ஆண்டு இறுதி தீர்ப்பு வழங்கிய உச்சநீதிமன்றம், “கேரி பக்கும் அவரது தாயார் எம்மா பக்கும் பரம்பரை பலவீனர்கள் மன நலக்குறைபாடு உடையவர்கள். இவர்களின் சந்ததிகளும் வளர்ச்சிக்குறைபாடு உடையவர்களாகவே இருப்பார்கள் என்ற நீதிமன்றம், அவர்களின் ஒழுக்கத்தைப் பரம்பரை மரபணு குறைபாடுகளோடு ஒப்பீடு செய்து. “மூன்று தலைமுறை முட்டாள்கள் போதும்” என்றது. கேரி பக்கும் அவரது சகோதரி டோரிஸ் பக்கும் கட்டாயக் கருத்தடை செய்ய வேண்டும்” எனத் தீர்ப்பளித்தது. எம்மா பக், கேரி பக், அவருக்குப் பாலியல் வன்முறை மூலம் பிறந்த குழந்தை விவியன் ஆகியோரை மூன்று தலைமுறைகளோடு ஒப்பிடு செய்து சகோதரிகள் இருவருக்கும் கட்டாயக் கருத்தடை செய்யப்பட வேண்டும் எனத் தீர்ப்பளித்தது அமெரிக்க நீதிமன்றம்.

அமெரிக்க ஜனநாயகத்தைக் கேலிக்கூத்தாக்கியதும், அவமானகரமானதுமான இந்தத் தீர்ப்பை நீதிபதிகள் ஆலிவர் வென்டில் ஹோம்ஸ் வழங்கியபோது 'யூஜெனிக்ஸ்' இயக்கத்தவர் இந்தத் தீர்ப்பைக் கொண்டாடி மகிழ்ந்தனர்.

ஏழைகள், விளிம்பு நிலைகளில் வாழும் பெண்களுக்கு இது அதிர்ச்சியாக இருந்தது. உலக அளவில் நீதித்துறை வரலாற்றிலும் பெண் விடுதலை வரலாற்றிலும் இன்றளவும் இந்த வழக்கு பேசப்படுகிறது. கேரி பக்கிற்கு எதிரான இந்த வழக்கில் வழங்கப்பட்ட இந்தத் தீர்ப்பு மனநலக்காப்பகத்தின் அறிக்கை. மற்றும் சாட்சியங்கள் அடிப்படையில் வழங்கப்பட்டது.

கேரி பக், அவரது சகோதரி மற்றும் சகோதரருக்கு வகுப்பு ஆசிரியர்களாக இருந்தவர்கள், மருத்துவர்கள், செவிலியர்கள், மனநலக்காப்பக சேவையாளர்கள் போன்றோரின் சாட்சியங்களே தீர்ப்பின் அடிப்படை. எம்மா பக்கின் மூன்று பிள்ளைகளும், கேரி பக்கிற்கு பிறந்த குழந்தையும்கூட பலவீனமானவர்கள் என்று சாட்சிகள் மூலமும். ஆவணங்களின் மூலமும் நிரூபிக்கப்பட்டது. இந்தச் சாட்சிகளில் சுகாதாரத்துறை சார்ந்தோரின் பலர் 'யூஜெனிக்ஸ்' இயக்கத்தோடு தொடர்புடையவர்களாக இருந்தார்கள்.

மொத்தத்தில் அமெரிக்கச் சமுதாயத்தைக் கறைபடுத்தும் வாய்ப்புள்ள நபர்கள் என்ற அடிப்படையில். கேரி பக்கிற்கும், டோரிஸ் பக்கிற்கும் கட்டாயக் கருத்தடை செய்யப்பட்டது.

என்ன செய்யப்போகிறோம் என்பதை அவர்களிடம் சொல்லாமலேயே, அப்பென்டிக்ஸ் அறுவைச் சிகிச்சை என்று பொய் சொல்லி அழைத்துச் சென்று சகோதரிகள் இருவருக்கும் கட்டாயக் கருத்தடை செய்யப்பட்டது. கட்டாயக் கருத்தடைக்குப் பின்னர் 1932ஆம் ஆண்டு கேரி பக்கும் அவரது சகோதரியும் மையத்தை விட்டு வெளியேறினார்கள் கேரி பக் திருமணம் செய்து கொண்டார்.

இந்த வழக்கு ஜனநாயக எண்ணம் கொண்ட அமெரிக்கர்களைக் குற்ற உணர்ச்சிக்குள்ளாக்கியது. ஜார்ஜியோ பல்கலைக்கழகப் பேராசிரியர் பால் லோம்பார்டோ கேரி பக் வழக்கு விசாரணையின் ஆவணங்களை ஆய்வு செய்ததோடு, கேரி பக் வழக்கில் ஆஜரான வழக்கறிஞர்கள், சாட்சிகள், கேரி பக் மற்றும் அவரது சகோதரி எனப் பல தரப்பினரையும் சந்தித்து ஆய்வு செய்து அறிக்கையொன்றை அளித்தார். அவரது ஆவணங்கள் அமெரிக்க பெண் விடுதலை வரலாற்றில் இன்றளவும் கொண்டாடப்படுகிறது.

கட்டாயக் கருத்தடைக்கு உள்ளாக்கப்பட்ட கேரி பக்கிற்கும் அவரது சகோதரிக்கும் இழைக்கப்பட்டது மாபெரும் அநீதி என்று சொன்ன லோம்பார்டோ இது மனித உரிமைகளுக்கு எதிரான கொடுங்குற்றம் என்றார். அவரது அறிக்கைக்குப் பின்னரே முட்டாள்தனமான அந்தத் தீர்ப்பு பற்றிப் பொது வெளியில் விவாதங்கள் நடந்தன.

1994ஆம் ஆண்டு கேரி பக்கின் கதை அமெரிக்காவின் புகழ்பெற்ற தொலைக்காட்சி நாடகம் ஆனது. 2002ஆம் ஆண்டு கேரி பக்கையும் அவரது சகோதரியையும் தகாத முறையிலும், நீதியற்ற முறையிலும், மனித உரிமைகளுக்குப் புறம்பாக நடத்தியமைக்காகவும் விர்ஜீனியா சட்டமன்றம் மன்னிப்புக் கேட்டது. இதெல்லாம் கேரி பக் இறந்து பல ஆண்டுகளுக்குப் பின்னர் நடந்தது.

கேரி பக் இறப்பதற்குச் சில நாட்கள் முன்னர் லொம்பார்டோ கேரியைச் சந்தித்தார். அப்போது கேரி தனக்கு இழைக்கப்பட்ட அநீதி குறித்த உண்மைகளை அறிந்தபோது என்ன தவறு செய்தோம் என்பதை அறியாமல் குமைந்தார். பள்ளிகளில் தான் பிற மாணவிகளைப் போலவே தேறி வந்ததையும், தனது படிப்பை வளர்ப்புப் பெற்றோரே இடைநிறுத்தி வீட்டு வேலையில் ஈடுபடுத்தியதாகவும் சொன்னார். பிற வீட்டுப் பணி பெண்கள் பணியாற்றியது போலவே தானும் பணி செய்ததாகவும், நாளிதழ்களை வாசிப்பதாகவும். நாளிதழ்களில் வரும் குறுக்கெழுத்துப் புதிர்களுக்குச் சரியான விடைகளை எழுதுவதாகவும் லொம்பார்ட்டாவோடம் கேரி சொன்னார். அதை எல்லாம் உறுதி செய்த லொம்பார்டோ "அவரை சந்தித்ததில் மகிழ்ச்சி ஆனால் தான் அவமானப்படுத்தப்பட்டது அவரது முகத்திலும் உணர்ச்சியிலும் தெரிகிறது" என்றார்.

கேரி பக்கிற்கு முன்பே அவரது சகோதரி இறந்து விடுகிறார். சகோதரர் இளம் வயதிலேயே இறந்து விடுகிறார். கேரி பக்கிற்கு பிறந்த விவியன், தொற்று நோய் காரணமாக 8வது வயதிலேயே இறந்து விடுகிறார். கேரி பக் 1983ஆம் ஆண்டு ஜனவரி 28ஆம் தேதி தனது 76வது வயதில் இறந்தார்.

எம்மா பக்கின் வாரிசுகள் அமெரிக்க சமுதாயத்திலிருந்து யூஜெனிக்ஸின் பெயரால் இல்லாமல் ஆக்கப்பட்டனர். குழந்தை பெற்றுக் கொள்ளும் உரிமை அவர்களிடம் இருந்து பறிக்கப்பட்டது.

கேரி பக்கிற்குப் பின் தீவிரம் அடைந்த யூஜெனிக்ஸ் கட்டாயக் கருத்தடை இயக்கம் அமெரிக்கா முழுவதும் 1970ஆம் ஆண்டு வரை 60 ஆயிரம் பெண்களின் கருவறைகளைக் கருத்தடை எனும் பெயரால்

மூடியது. கேரி பக் வசித்த சொந்த மாகாணமான விர்ஜீனியாவில் மட்டும் 1972 வரை 8 ஆயிரத்து 300 விர்ஜீனிய மக்களுக்குக் கருத்தடை செய்யப்பட்டது.

மாபெரும் கொடுங்குற்றமான இந்தச் செயல் அறிவியலின் பெயரால் இழைக்கப்பட்டது. அது அமெரிக்காவோடு நிற்காமல் அய்ரோப்பா முழுக்கப் பரவியது. ஹிட்லரின் நாஜி ஜெர்மனி யூஜெனிக்ஸ் கொள்கையை வரவேற்று உலகில் எந்த நாடும் அறிமுகம் செய்யாத அளவுக்குச் செய்தது. இதை எல்லாம் யூஜெனிக்ஸ் இயக்கத்தை ஆதரித்த விஞ்ஞானிகளும் ஆதரித்தே வந்தனர்.

8

ஒரே நாடு ஒரே இனம்: நாஜி மருத்துவ உலகம்

"உடல் நலமற்ற அல்லது கடுமையாக ஊனமுற்ற மனிதர்கள் உலகிற்கு வருவதை தடுப்பது சாத்தியமாகியிருக்கிறது. இது தொடர்பாக அமெரிக்க மாநிலங்களின் சட்டங்களை ஆர்வத்துடன் படித்தேன். வளர்ச்சிக்கு தீங்கு விளைவிக்கும் மக்களைக் கட்டுப்படுத்தும் பரம்பரை விதிகளை நாம் அறிந்திருக்கிறோம்"

– யூஜெனிக்ஸ் கொள்கை பற்றி ஹிட்லர்.

நேர்மறையான மனித குலத்தை உருவாக்கி வளர்க்க வேண்டும் என்ற நோக்கில் வைக்கப்பட்ட பிரான்சிஸ் கால்டனின் யூஜெனிக்ஸ் அறிவியல் கோட்பாடு. அய்ரோப்பிய அமெரிக்க முதலாளித்துவத்துக்குத் தேவைப்பட்டது. அமெரிக்க அய்ரோப்பிய முதலாளிகளின் நிதி பங்களிப்பால் யூஜெனிக்ஸ் செழித்து வளர்ந்தது. கேள்விக்கிடமின்றி வேலை செய்யவும், எட்டு மணி நேர வேலையை வலியுறுத்தாத உழைப்பை மட்டுமே தொழில்துறைக்குக் கொடுக்கவும் ஒரு ரெடிமேட் தலைமுறை அய்ரோப்பாவுக்கு தேவைப்பட்டது. அது 'யூஜெனிக்ஸ்' கோட்பாட்டால் நிறுவப்பட்டது. அதுவே நாஜி ஜெர்மனுக்கு இன ரீதியான பாகுபாட்டிற்குப் பயன்பட்டது. ஒருவகையில் நாஜிகளின் இறுதி திட்டத்திற்கான ஒரு கோட்பாட்டு வரைவை அய்ரோப்பா ஹிட்லருக்கு வழங்கியது.

யூஜெனிக்ஸ் கோட்பாட்டை ஒரு சிந்தனை முறையாக பிரான்சிஸ் கால்டன் வைத்துவிட்டுச் சென்றார். டெவன்போர்ட் போன்ற செல்வாக்குப் பெற்ற அறிவியலாளர்கள் அதை உலகமயமாக்கினார்கள்.

சார்லஸ் பி. டெவன் போர்ட். ஹாரி ஹெச். லாஃப்லின், டாக்டர் கெல்லாக், ஈ.எஸ்.கோசி மற்றும் பால் போபினோ போன்றவர்களால் ஆதரித்துப் பிரபலமாக்கப்பட்டு வளர்த்தெடுக்கப்பட்டது. யூஜெனிக்ஸ் கொள்கை கேள்விக்கிடமின்றி வேலைகளைச் செய்யும் தரமான மனிதர்களை உற்பத்தி செய்யும் கொள்கை என்பதால் அப்போதைய பெரு முதலாளிகள் இந்த இயக்கத்திற்கு நிதிகளை அள்ளிக் கொடுத்தனர். ஹாரிமேன், கார்னகி, ராக்ஃபெல்லர் போன்ற நிறுவனங்கள் 1910முதல் 1940 வரையிலான காலப்பகுதியில் 1.2 மில்லியன் டாலர்களை யூஜெனிக்ஸ் அறக்கட்டளைக்கு அள்ளிக் கொடுத்தார்கள். டேவன் போர்ட் யூஜெனிக் என்ற வார்த்தையை அமெரிக்க மயமாக்கினார்.

பெரும் நிதி உதவிகளோடு ஒருங்கிணைந்த யூஜெனிக் இயக்கத்தினர் யூஜெனிக் சர்வதேச குழுவை துவங்கினார்கள் (ICOE), பின்னர் யூஜெனிக் அமைப்புகளின் சர்வதேச கூட்டமைப்பை (IFEO) உருவாக்கினார்கள். அமெரிக்கா, இங்கிலாந்து, பிரான்ஸ், பெல்ஜியம், அர்ஜென்டினா, பிரேசில், மெக்சிகோ, கனடா, ருமேனியா, சுவிட்சர்லாந்து, இத்தாலி, தென்னாப்பிரிக்கா, நெதர்லாந்து, டென்மார்க், நார்வே, ஸ்வீடன், ஜப்பான், சீனா மற்றும் குறிப்பிடப்படாத பல நாடுகளிலும் யூஜெனிக்ஸ் இயக்கம் வளர்ந்தது. இவர்களுக்குள் பிணைப்பு உருவானது.

அமெரிக்க யூஜெனிக்சுகள் ஜெர்மன் நாஜி யூஜெனிக்சுகளோடு தொடர்பில் இருந்தனர். சர்வதேச அளவில் அறிக்கைகளைப் பரிமாறிக் கொண்டதோடு சமூகத்தளத்தில் உருவாகி வரும் மாற்றங்களையும் பகிர்ந்து கொண்டனர். பிரிட்டனில் உருவாகி அமெரிக்காவில் வேர் விட்ட யூஜெனிக்ஸ் கொள்கை நாஜி ஜெர்மனியின் ஹிட்லரை வெகுவாக ஈர்த்தது.

அமெரிக்காவில் யூஜெனிக்ஸ் கொள்கை பரவலாக்கம் பெற்று கட்டாயக் கருத்தடைச் சட்டம் கொண்டுவரப்பட்டது போல 1924ஆம் ஆண்டு குடிவரவு கட்டுப்பாடுச் சட்டத்தையும் அமெரிக்கா கொண்டு வந்தது. யூஜெனிக்ஸ் 14 வகையான விரும்பத்தகாத பிறப்பினங்களைக் கொண்ட இனக்குழுக்களைப் பட்டியலிடுகிறது. தெற்கு மற்றும் கிழக்கு அய்ரோப்பியர்கள், இத்தாலியர்கள், கிரேக்கர்கள், போலந்து, மற்றும் ரஷ்யர்கள் இவர்களால்தான் நோர்டிக் மற்றும் ஆங்கில சாக்சன் இனம் கறைபட்டதாக இவர்கள் வாதிட்டனர். அமெரிக்காவின் குடிவரவுச் சட்டம் ஜெர்மனியில் ஹிட்லர் ஆட்சிக்கு வந்த பின்னர் வெளியேற்றப்பட்ட அல்லது தப்பியோடிய யூதர்கள்

உள்ளிட்ட ஏனைய மக்களை யூஜெனிக்ஸ் ஏற்றுக் கொள்ளவில்லை. இரண்டாம் உலகப்போரால் பாதிக்கப்பட்டு அகதிகளாக வந்த இந்தப் பகுதி மக்களையும் நாஜி ஜெர்மனியால் துரத்தி விடப்பட்டவர்களும் இச்சட்டத்தால் கடுமையாகப் பாதிக்கப்பட்டார்கள்.

நாஜி ஜெர்மனியின் இன அழிப்பு உச்சக்கடத்தை அடைந்தபோது சார்லஸ் டெவன் போர்ட் உள்ளிட்டோர் நாஜிகளுடன் தகவல்களைப் பறிமாறிக் கொண்டனர். போலி அறிவியல் நம்பிக்கைகள் அடிப்படையில் இனம் பற்றிய சிந்தாந்தங்கள் வளர்ச்சியடைந்து சென்றன. கலிஃபோர்னியாவில் ஜெர்மனியின் யூஜெனிக்ஸ் திட்டங்கள் தொடர்பான துண்டுப் பிரசுரங்கள் வழங்கப்பட்டன. ஹிட்லருக்கோ அமெரிக்காவில் செயல்படுத்தப்படும் யூஜெனிக்ஸ் இயக்கம் பற்றியும் கருத்தடை பற்றியும் தனது நாஜி அதிகாரிகளுடன் வியந்து பேசிக் கொண்டிருந்தார்.

யூஜெனிக்ஸ் மொத்த நாஜி சிந்தனைகளுக்கும், அதன் நிறுவனங்களுக்கும் நோர்ட்டிக் ஆரியவாத கற்பனைகளுக்கும் அறிவியல் விளக்கம் கொடுப்பதாக நாஜிகள் நம்பினார்கள். அதையொட்டி அவர்களும் பல கற்பனைக்கதைகளை உருவாக்கினார்கள். முன்னோர்களின் ரத்தம் உன்னதமானது. அதை மீண்டும் பெறுவதற்காக நம் மரபணுவை தூய்மையாக்கிக் கொள்ள வேண்டும் என்ற எண்ணம் நாஜிகளின் பொதுப்புத்தியானது. ஜெர்மனை தூய்மையாக்குவதில் யூஜெனிக்ஸ் மிக முக்கியப் பங்காற்றியது.

1933ஆம் ஆண்டு நாஜி ஜெர்மனி கட்டாயக் கருக்கலைப்புச் சட்டத்தை அமலாக்குவதற்கு முன்னர் அமெரிக்க யூஜெனிக்ஸ் அலுவலகம் வழங்கிய ஆவணங்கள் அடிப்படையில் சட்டத்தை உருவாக்கினார்கள். அமெரிக்க யூஜெனிக்சுகளும் டெவன்போர்ட் போன்றோரும் ஜெர்மனியில் கட்டாயக் கருத்தடைச் சட்டம் மிகச்சிறந்த முறையில் செயல்படத் துவங்கியுள்ளதாகவும் ஆனால், அமெரிக்காவில் அது மந்த கதியில் செயல்படுவதாகவும், ஜெர்மனியின் வெற்றியை மேற்கோள் காட்டி அமெரிக்காவை விமர்சித்து அறிக்கை விடும் அளவுக்கு இருந்தது.

1916ஆம் ஆண்டு அமெரிக்க வழக்கறிஞரான மேடிசன் கிராண்ட் ‘தி பாசிங் ஆஃப் தி கிரேட் ரேஸ்’ (*The Passing of the Great Race-Madison Grant*) என்ற அய்ரோப்பிய வரலாற்று நூலை வெளியிட்டார். இது பல்வேறு இனங்களால் கறைபட்ட நோர்டிக் வெள்ளை

வம்சாவளியை அறிவியல் ரீதியாக சீர்செய்து உயர்த்தும் யூஜெனிக்ஸ் கோட்பாட்டை விளக்கியிருந்தார். இந்தப் புத்தகத்தை ஹிட்லர் தனது ‘பைபிள்’ என்று அழைத்தார்.

1927ஆம் ஆண்டு கேரி பக் வழக்கில் அமெரிக்க உச்சநீதிமன்றம் வழங்கிய தீர்ப்பில் உற்சாகம் அடைந்த ஹிட்லர் ஆட்சிக்கு வந்ததும் கருத்தடைச் சட்டத்தைக் கொண்டு வந்தார். புத்தம் புதிய ஆரிய இனத்தை உற்பத்தி செய்ய ஆரியப் பெண்களின் கர்பப்பைகளைக் கண்டடைய முடிவு செய்தார்.

யூஜெனிக்ஸ் மையத்தின் ஆவணக் காப்பகமாக அமெரிக்காவில் இருந்த ‘கோல்ட் ஸ்பிரிங் ஹார்பர்’ சர்வதேச யூஜெனிக் மையத்தின் தலைமையகமாகச் செயல்பட்டது. அதன் செல்வாக்குமிக்க இதழான யூஜெனிக்ஸ் இதழ் வாய்ப்பு கிடைக்கும் போதெல்லாம் நாஜி யூஜெனிக் இயக்கத்தை ஆதரித்தும், பாராட்டியும் எழுதி வந்தது. சர்வதேச யூஜெனிக்ஸ் இயக்கத்தின் தலைவராக டேவன்போர்ட், எர்ன்ஸ்ட் ருடின் போன்றோர் நாஜி யூஜெனிக்ஸ்டுகளுடன் இணைந்து பணியாற்றினார்கள். ஜெர்மனியில் உயிரியல் சோதனைகள் மூலம் நாஜி அறிவியலை பரப்பிய “கெய்சர் வில்ஹெல்ம் இன்ஸ்டியூட்டுடன் இவர்கள் நெருக்கமான தொடர்பை பேணினார்கள். 1934ஆம் ஆண்டு டெவன் போர்ட் ஓய்வு பெற்ற பின்னர்கூட நாஜி ஜெர்மனியின் அறிவியல் கொள்கையைப் பாராட்டி வந்தார். டெவன் போர்ட் அமெரிக்க கல்வி வளர்சிக்கும் அறிவியல் வளர்ச்சிக்கும் பங்காற்றியவர் ஆனால் ஒரு போலி அறிவியல் கொள்கையை ஆதரிக்கத் துவங்கி இரண்டாம் உலகப் போருக்கு முன்பே இறந்து விட்டார். இரண்டாம் உலகப்போருக்குப் பின்னர் நாஜிகள் மனித குலத்திற்கு இழைத்த கொடுங்குற்றங்களை டெவன் போர்ட் பார்க்கவில்லை.

உயிரியலாளர் டெவன்போர்ட் 1944ஆம் ஆண்டு மறைந்தார். 1941ஆம் ஆண்டு அமெரிக்கா இரண்டாம் உலகப்போரில் தாமதமாக நுழைந்தது. அமெரிக்கா நாஜி ஜெர்மனுக்கு எதிராகப் போரில் தாமதமாகக் குதித்த பின்னர் அதுவரை நாஜி யூஜெனிக்ஸ் இயக்கத்தை ஆதரித்து வந்த அமெரிக்கர்களுக்கு என்ன நிலை எடுப்பது எனத் தெரியாமல் குழம்பினார்கள். அதுவரை அமெரிக்க யூஜெனிக்ஸுகளுக்கு முன்மாதிரியாகவும் வினையூக்கிகளாகவும் இருந்த நாஜி அறிவியலாளர்களுடனான தங்கள் தொடர்பை முழுமையாக அமெரிக்க யூஜெனிக்ஸ் சத்தமில்லாமல் துண்டித்துக் கொண்டனர். கேரி பக்கிற்கு இழைக்கப்பட்ட

அநீதியால் கொந்தளித்துக் கிடந்த அமெரிக்க மக்கள் யூஜெனிக்ஸ் கொள்கைகளுக்கு எதிராகவும் யூஜெனிக் மையங்களுக்கு எதிராகவும் போராடத் துவங்கினார்கள்.

வேறு வழியில்லாமல் அமெரிக்க யூஜெனிக்ஸ் ஆவணப்பதிவு அலுவலகம் 1939 இறுதியில் தன் கதவுகளை மூடிக்கொண்டது. 1945ஆம் ஆண்டு ஜெர்மனிக்குள் சோவியத் படைகளும் பிரிட்டன் படைகளும் நுழைந்து வதை முகாம்களைத் திறந்துவிட யூஜெனிக்சின் பெயரால் ஆயிரமாயிரம் பேர் குவியல் குவியலாகக் கொல்லப்பட்டுக் கிடந்ததையும், எலும்பும் தோலுமாக பாதி உயிரோடு மக்கள் மீட்கப்பட்டதையும் யூஜெனிக்ஸ் இயக்கம் பரவிய தேசங்களின் மக்கள் பார்த்தார்கள். அமெரிக்கர்களும் பார்த்தார்கள். மாபெரும் அநீதி தூய்மை, நற்பிறப்பின் பெயரால் மனித குலத்திற்கு இழைக்கப்பட்டு விட்டதாக யுஜெனிக்ஸ் இயக்கத்தைப் பின் பற்றியவர்களே அருவருப்பு அடைந்தனர்.

இனத்தூய்மையின் அடையாளமாக வெள்ளை உடையணியும் டேவன் போர்ட் மரணிக்கும் தருவாயிலேயே மிக இழிவான முறையில் யூஜெனிக் இயக்கம் தோல்வியைத் தழுவியது. 1950ஆம் ஆண்டு முதல் யூஜெனிக்ஸ் நடவடிக்கைகள் படிப்படியாக மூடப்பட்டு முழுமையான தோல்வியைத் தழுவியது.

9

ஒரே நாடு ஒரே இனம்: நாஜிகளின் யூஜெனிக்ஸ் அறிவியல்

“நமது தொடக்கப்புள்ளி தனி மனிதன் அல்ல, பசித்தவர்களுக்கு உணவளிக்க வேண்டும், தாகம் உள்ளவர்களுக்குத் தண்ணீர் கொடுக்க வேண்டும், ஆடையின்றி நிர்வாணமாக அலையவேண்டும். இது போன்ற தனி மனிதர்களின் தேவைகளுக்காக நாங்கள் ஒன்று சேரவில்லை. எங்கள் நோக்கம் முற்றிலும் வேறுபட்டவை. ஜெர்மன் மக்கள் ஆரோக்கியமானவர்களாக இருக்க வேண்டும். எங்கள் உலகின் புதிய ஒழுங்கு இதுவே, இதற்காகவே நாங்கள் ஒன்றிணைந்திருக்கிறோம்”

– ஜோசப் கோயபல்ஸ், பிரச்சார அமைச்சர், 1938

யூஜெனிக்ஸ் கொள்கையை முழுமையாகவும் வெற்றிகரமாகவும் நிறைவேற்றிய ஒரே நாடு நாஜி ஜெர்மனி. நாஜி சிந்தனைகளை ஜெர்மன் சமூகத்தில் படிப்படியாகக் கட்டியெழுப்பி ஆட்சிக்கு வந்ததும் அதை நடைமுறைப்படுத்தத் துவங்கினார் ஹிட்லர். ஜெர்மனிக்கு முன்பே அமெரிக்காவில் அது நிறுவனமயப்பட்ட சட்ட வன்முறையாக முன்னெடுக்கப்பட்ட நிலையில், அமெரிக்க யூஜெனிக்ஸ் இயக்கத்தின் அனுபவங்களில் இருந்து நாஜி ஜெர்மனி தனது திட்டங்களைத் துரித கதியில் வடிவமைத்தது தீவிரமாக்கியது.

ஆரோக்கியமான இனத்தை வளர்த்தெடுப்பது, பலவீனமான இனங்களை இனப்பெருக்கம் செய்யவிடாமல் கட்டுப்படுத்துவது இதுதான் நடைமுறை யூஜெனிக் கொள்கை. ஹிட்லர் தனது

புத்தகமான 'எனது போராட்டம்' நூலில் யூஜெனிக்ஸ் கொள்கையை விதந்து போற்றுகிறார். அமெரிக்காவில் யூஜெனிக்ஸ் கொள்கையும் அதனையொட்டி கருத்தடை, திருமணத் தடை சட்டங்களும் எவ்வளவு வெற்றிகரமாகச் செயல்படுகிறது என்பதை விதந்தோதுகிறார் ஹிட்லர். பிற நாடுகள் சட்டம் போட்டு கருப்பர்கள், பெண்கள், நோயாளிகள், சோவியத் ஒன்றிய கைதிகள், போலந்து தேசத்தினர், ரோமானிய நாடோடிகள், ஊனமுற்றோர், ஓரினச் சேர்க்கையாளர்கள், யகோவா சபையினர், ஜனநாயகம் பேசுவோர், யூதர்கள், கருப்பர்கள், ஸ்லாவ்கள், ஜிப்சிகள், மன நலம் குன்றியோர், முதியோர்கள் என எண்ணற்றவர்கள் நேரடியாகக் கொன்றொழிக்கப்பட்டனர். அதன் இறுகிய இறுதி வடிவம்தான் ஹோலோகோஸ்ட் எனப்படும் மாபெரும் இனக்கொலை நிகழ்வு.

யூஜெனிக் கொள்கையின் செல்வாக்கால் கட்டாயக் கருத்தடைச் சட்டம் கொண்டுவரப்பட்ட நாடுகளில் அதே சமகாலத்தில் கடும் எதிர்ப்புகளும் இருந்தது. ஆனால், ஜெர்மன் சமூகத்தில் அப்படி ஒரு எதிர்ப்புக்கான வாய்ப்புகளே இல்லை. ஜெர்மன் சமூகத்தில் ஆரியர்களே மேலானவர்கள் அவர்களைக் கறைபடுத்திச் சிறுமைப் படுத்தியவர்கள் யூதர்கள் என்ற பொதுப்புத்தி கட்டமைக்கப்பட்டு இருந்ததால் சமூகத்தில் நாஜிகள் உருவாக்கி வைத்திருந்த பாசிச சிந்தனையோடு யூஜெனிக்ஸ் என்ற கொள்கையை நாஜி அறிவியலாளர்கள் நிர்வாக ரீதியாக இணைத்தனர் இது அவர்களின் பணியை எளிதானதாகவும் வெற்றிகரமானதாகவும் ஆக்கியது.

முதலாம் உலகப்போருக்குப் பின்னர் வெய்மர் குடியரசை வீழ்த்தி ஹிட்லர் ஆட்சிக்கு வரும்போது அதை மூன்றாவது ரீச் என்று வரலாறு குறிக்கிறது. ஆரிய இனம் என்ற லட்சியவாதத்திற்கு ஒரு அறிவியல் விளக்கம் தேவைப்பட்டது. அதைப் போலி அறிவியல் மூலமாக நிவர்த்தி செய்தது யூஜெனிக்ஸ்.

யூஜெனிக்ஸ் கொள்கையின் நாஜி ஜெர்மன் செயல்திட்டம் இதுதான். முதல் கட்டமாக ஜெர்மனின் பிறப்பு விகிதத்தை மாற்றியமைப்பது. இரண்டாவது, ஜெர்மனியின் இறப்பு விகிதத்தை மாற்றியமைப்பது.

ஜெர்மன் சமூகத்தைக் கட்டுப்படுத்தும் நோக்கில் பிறப்பைக் கட்டுப்படுத்துவது, இறப்பை அதிகரிப்பது, புதிய இனத்தை உருவாக்குவது இந்த மாபெரும் மூன்று திட்டங்களுமே யூஜெனிக்ஸ் நாஜி அறிவியலோடு இணைக்கப்பட்டது.

இதைச் செயல்படுத்திக் காட்டும் திறன் மிக்கவராக ஹிட்லர் அடையாளம் கண்டது ஹென்ரிச் ஹிம்லரை. ஹிட்லர் ஆட்சிக்கு வந்ததும். ஹிம்லரை உள்துறை அமைச்சர் ஆக்கினார். ஹிட்லரின் நம்பிக்கைக்குரிய விசுவாசியான ஹிம்லர் ஆரிய இனத்தை ராணுவ ரீதியாகப் பாதுகாக்கும் உரிமையையும், யூதர்களை அழித்தொழிக்கும் இறுதி தீர்வு படுகொலைகளுக்கும், ஆரிய இனத்தையே தூய்மைப்படுத்தி புதியகலப்பில்லாத ஆரிய இனத்தை உருவாக்கும் திட்டத்திற்கும் பொறுப்பேற்றிருந்தார்.

ஹிட்லரின் முக்கியமான மூன்று படைப்பிரிவுகளில் ஷூட்ஸ்டாஃபெல் (*Schutzstaffel, Protection Squadrons*) எனப்படும் எஸ்.எஸ். படைப்பிரிவுதான் அதி முக்கியமானது. பாதுகாப்பு, உளவு என உயர் அதிகாரங்களைக் கொண்ட அந்தப் படைப்பிரிவில் கலப்பில்லாத ஆரியர்கள் மட்டுமே இணைத்துக் கொள்ளப்பட்டனர். 1929ஆம் ஆண்டு ஹிம்லர் உருவாக்கிய எஸ்.எஸ் படையில் இருந்த படைவீரர்கள் எண்ணிக்கை வெறும் 280. ஐந்தே ஆண்டுகளில் அதன் எண்ணிக்கை ஐம்பதாயிரத்தைத் தாண்டியது. ஹென்ரிச் ஹிம்லரின் வழி நடத்தலில் இந்தப் படைகள் இன அழிப்பு, சட்டங்களை நிறைவேற்றுதல், உளவுப்பணிகள், புதிய இனத்தை உருவாக்கும் பணிகளைச் செய்து வந்தது.

தங்களின் இறுதி இலக்கை அடைய ஹிம்லர் இரண்டு விதமான திட்டங்களை முன்வைத்தார். 1933முதல் 1938 கோடை வரை தன்னார்வலர்களைக் கொண்டு ஆரியமயமாக்கல் திட்டம். இன்னொன்று 1938 முதல் 1945 வரை நாஜிகளின் இறுதிக் காலம் வரை கட்டாய ஆரியமயமாக்கலை நடைமுறைக்குக் கொண்டு வந்தார்.

நாஜிகளின் இன சுகாதாரம்

நோர்ட்டிக் இனத்தைத் தூய்மைப்படுத்துவதும். ஆரிய மேலாண்மையைக் கொண்ட லட்சியவாத ஜெர்மனியை ஒரு தேசிய சமூகமாக வடிவமைக்கவும் 'யூஜெனிக்ஸ்' உதவியது. இன ரீதியாக யாரெல்லாம் ஆரியர்கள் இல்லையோ அவர்கள் அந்நியர்கள் என வகைப்படுத்தப்பட்டனர். பிற நாடுகளில் பலவீனமானவர்கள் மீது பாய்ந்த யூஜெனிக் சட்டங்கள் ஜெர்மனியில் பெரும் மக்கள் கூட்டத்தினர் மீது பிரயோகப்படுத்தப்பட்டது. 1933க்கு முன்பே கருத்தியல் ரீதியாக ஜெர்மன் சமூகத்தைத் தயார் செய்த நாஜிகள் இனசுகாதாரம் என்ற பெயரில் மருத்துவ அறிவியலையும் நாஜி மயமாக்கினார்கள்.

கல்வி, கலாச்சார நிறுவனங்கள், ஊடகங்கள், நீதிமன்றங்கள், பல்கலைக்கழகங்கள், அறிவியல் ஆராய்ச்சிக்கூடங்கள், மருத்துவமனைகள், என சமூகத்தின் அனைத்து அலகுகளில் இருந்தும் யூதர்கள் 'அந்நியர்கள்' 'நம்பமுடியாதவர்கள்' எனக் குற்றம் சாட்டப்பட்டுத் துரத்தப்பட்டார்கள். யூஜெனிக் கொள்கை அச்சத்தின் அறிவிப்பாக இருந்தது. ஜெர்மனியில் பிறப்பு இறப்பு விகிதங்களைத் தலைகீழாக மாற்றியமைத்தது நாஜி அரசு.

நாஜிகள் 1935ஆம் ஆண்டு திருமண சுகாதாரச் சட்டத்தை அமல் படுத்தினார்கள். நாஜிகள் இச்சட்டத்தை ரத்த பாதுகாப்புச் சட்டம் என்றனர். ஆரியர்களின் பூர்வீக ரத்தத்தைப் பாதுகாக்கும் சட்டம் என கோயபல்ஸ் பிரச்சாரம் செய்தார். வலிமையான ஆரியப் பெண்கள் திருமணம் செய்து கொள்வதும் குழந்தை பெற்றுக் கொள்வதும் தேசியக் கடமை என அறிவித்தார் ஹிட்லர். பெண்கள் குழந்தை பெற்றுக் கொடுக்கும் இயந்திரங்கள் என்பதால் ஆரியத் தாய்மார்கள் பெரிய அளவில் புகழப்பட்டார்கள். யூதப் பெண்களோ இகழ்ச்சிக்கு உள்ளாகினர். ஜெர்மனியில் யூதர்களுக்கு எதிராக நடந்த தாக்குதல்களில் ஆரியப் பெண்கள் பெரிய அளவில் பங்கேற்க இது முக்கியக் காரணமாக இருந்தது. ஒவ்வொரு தாக்குதலும் கொலையும் ஒரு தேசிய சேவை என நம்பினார்கள். 1936ஆம் ஆண்டு ஓரினச்சேர்க்கையாளர்களைக் குறிவைத்து ஒரு திட்டமும், ஆரியர் அல்லாதோரின் இனப்பெருக்கத்தைத் தடுக்கும் நோக்கிலான திட்டங்களும் உருவானது. யூதர்கள் யூதர் அல்லாதவர்களைத் திருமணம் செய்துகொள்வதைத் தடை செய்தது மட்டுமல்ல, யூத ஆணோ பெண்ணோ ஆரியர்களோடு உறவுகொண்டால் அதைக் கொடுங்குற்றம் என அறிவித்தனர். ஆரிய இனத்தை அழிக்கும் நோக்கோடு ஜெர்மன் இளைஞர்களை யூத பெண்கள் குறிவைப்பதாகவும், காதலின் பெயரால் ஆரியப் பெண்களை யூத ஆண்கள் கவர்ந்து செல்வதாகவும் பிரச்சாரம் செய்து பெரும் வெற்றியை ஈட்டினார்கள்.

1933ஆம் ஆண்டு முதல் 1945 வரை 12 ஆண்டுகளில் நாஜிகள் சுமார் நான்கு லட்சம் பேருக்குக் கட்டாயக் கருத்தடையைச் செய்து முடித்தனர். முதியவர்கள், உடல் ஊனமுற்றோர், பாலியல் நோய்களுக்கு உள்ளானோர் என 2 லட்சத்து 75 ஆயிரம் பேர் கருணைக் கொலை செய்யப்பட்டனர். முகாம்களில் கொல்லப்பட்ட லட்சக்கணக்கான யூதர்களின் எண்ணிக்கை சட்டபூர்வமான இந்தக் கொலைகளில் சேராது. 1935ஆம் ஆண்டு சட்டத்தின் பின்னர்

பல்லாயிரம் இளைஞர்கள் கடத்திச் செல்லப்பட்டுக் கருத்தடைக்கு உள்ளாக்கப்பட்டனர்.

ஏற்கனவே நடந்து வந்த தாக்குதல்கள், கொலைகள், அரசு இயந்திரத்தின் சிவில் உரிமைகள் மறுக்கப்பட்ட மக்களாக யூதர்கள் மாற்றப்பட்டது. அவர்களின் திருமண உரிமைகளைத் தடை செய்தது, கட்டாயக் கருத்தடை செய்தது. இறுதியாக தேசிய மரணம் என்ற கோலகோஸ்ட் டோக்கன் சிஸ்டத்தை அறிமுகம் செய்தமை என நாட்டை விட்டு எப்படித் தப்பியோடுவது எனத் தெரியாமல் தவித்து நின்றனர் யூத மக்கள். இதே காலக்கட்டத்தைத்தான் ஜெர்மனிக்கு வெளியில் இருந்த யூஜெனிக் ஆதரவாளர்கள் வியந்து பேசிக் கொண்டிருந்தனர்.

நாஜி மருத்துவ ஆய்வுகள்

இந்த உலகம் வெவ்வேறு இனங்களாகப் பிரிக்கப்பட்டுள்ளது. ஒவ்வொரு இனத்திற்கும் தனித்துவமான குணங்களும், பண்பாட்டுப் பழக்கவழக்கங்களும் உள்ளன. ஒரு இனத்தின் குணத்தைப் பரம்பரையான காரணங்களே தீர்மானிக்கின்றன. ஒரு இனத்தின் வலிமை, அறிவு, படைப்பாற்றல், ஆளும் திறன் அனைத்தும் பரம்பரைக் காரணிகளால் வருகிறது. உலகில் உன்னதமான அனைத்து தகுதி திறமைகளோடு பிறந்தவர்கள்தான் ஆரியர்கள். அவர்களைக் கறைபடுத்திய ஒட்டுண்ணிகள்தான் யூதர்கள். அவர்கள் உலகிலேயே அழுக்கானவர்கள் என்பதை அறிவியல் பூர்வமாக நம்பினார்கள். நோர்டிக் அல்லது ஜெர்மன் ஆரியர்களே உலகின் தலைமையேற்க வேண்டிய மூல இனம் (MASTER RACE) எனப் பிரச்சாரம் செய்து வந்த நாஜிகள், தாழ்ந்த அழுக்கான யூதர்கள் உள்ளிட்ட பிற இனங்களிடம் இருந்து ஆரியர்களைக் காப்பாற்ற அறிவியல் நடவடிக்கைகளைத் தீவிரப்படுத்தினார் ஹிட்லர்.

பொன்னிற முடி, நீல நிறக் கண்கள், சராசரி உயரம், மூக்கு, மண்டை ஓடுகள், கண்கள் மற்றும் முடி போன்ற மக்களின் உடல் அம்சங்களை அளந்து விவரித்தனர். பலவிதமான அடையாளங்களை ஆரியர்களுக்கானது என நம்பிய நாஜி அறிவியல் தங்களுக்கென இனக்கோட்பாட்டை உருவாக்கப் பெருமளவு மருத்துவர்களையும், மானுடவியலாளர்களையும் நம்பியிருந்தனர். அவர்கள் மக்களை ஆரியர்கள் ஆரியர்கள் அல்லாதவர்கள் எனப் பிளவுபடுத்தி. ஆரியர் அல்லாதவர்களை நாஜி ஜெர்மனின் நிர்வாக அலகுகளில் இருந்து விலக்கி வைப்பதில் வெற்றி பெற்றனர். 1933ஆம் ஆண்டு ஹிட்லர்

ஆட்சிக்கு வந்த இரண்டே மாதங்களில் சிவில் உரிமைகளை மீட்டெடுப்பதற்கான (Law for the Restoration of the Professional Civil Service) சட்டத்தை அறிமுகம் செய்தார்.

பின்னர் அதே ஆண்டு 1933 ஜூலையில் கட்டாயக் கருத்தடைச் சட்டத்தை நாஜிகள் அறிமுகம் செய்தார்கள். யூஜெனிக்ஸ் இயக்கத்தினர் பரம்பரை குறைபாடுகளாகப் பட்டியலிட்டதை விட மிக மோசமான பல குறைபாடுகளைக் கூடுதலாக நாஜிகள் பட்டியலிட்டனர். பரம்பரை காது கேளாமை, பரம்பரை குருட்டுத் தன்மை, திக்குவாய், என 9 குறைபாடுகளைப் பட்டியலிட்டு அவர்களுக்குக் கட்டாயக் கருத்தடை அறிவிக்கப்பட்டது.

இந்த இரு பெறும் திட்டங்களுடன் நாஜி அறிவியல் பிணைக்கப்பட்டது. இந்தச் சிந்தனைகளைச் சித்தாந்தங்கள் என நிரூபிப்பதுதான் நாஜி அறிவியலாளர்கள், மருத்துவர்களின் கடமை. மக்களை இன ரீதியாகப் பிளவுபடுத்தி அதை அறிவியல் ரீதியாக நிரூபிப்பதில் நாஜி ஜெர்மன் அறிவியலாளர்கள் தோல்வியடைந்தனர். ஆனால் கொன்று குவிப்பதன் மூலம் ஹிட்லருக்கு தங்கள் விசுவாசத்தை நிரூபித்து இவைகள் அறிவியல் உண்மை என நிரூபிக்க முயன்றனர்.

நாஜிகளின் மானுடவியல் ஆய்வு மையமாக இருந்த கெய்சர் வில்ஹெல்ம் இன்ஸ்டியூட் (Kaiser Wilhelm Institute (KWI) for Anthropology) மூலம் இவர்கள் பயிற்றுவிக்கப்பட்டார்கள். இந்த நிறுவனம் சர்வதேச யூஜெனிக்ஸ் இயக்கத்தோடு தொடர்புடையதாக இருந்தது. நாஜி ஜெர்மனியின் மருத்துவர்கள், அறிவியலாளர்கள் அனைவருமே தங்கள் மூளைகளை நாஜி சிந்தனைக்கு அடகு வைத்தனர். வெய்மர் குடியரசில் இருந்து நாஜிகளின் கைகளுக்கு ஆட்சி மாறியபோது யூத இனத்தைச் சேர்ந்த மருத்துவர்கள், அறிவியலாளர்கள், மானுடவியலாளர்கள், எனப் பலரும் நாட்டை விட்டுத் தப்பியோடினார்கள், சிலர் நாடு கடத்தப்பட்டார்கள்.

உயிரியல் ஆய்வுகளில் ஈடுபடும் மருத்துவ விஞ்ஞானிகள் தங்கள் பரிசோதனைகளுக்கு விலங்குகளையே பயன்படுத்தி வந்தனர். நாஜி ஜெர்மனியில் இந்தச் சோதனைகள் குழந்தைகள், பெண்கள், ஆண்கள் என மனிதர்கள் மீது ஈவிரக்கமின்றி நடத்தப்பட்டது. கேள்விக்கிடமின்றி இத்தகைய ஆய்வுகளைச் செய்வதற்கான மனிதர்கள் முகாம்களில் அடைத்து வைக்கப்பட்டிருந்தனர்.

1939ஆம் ஆண்டுக்கும் 1945ஆம் ஆண்டுக்கும் இடையில் சித்திரவதை முகாம்களில் எழுபது மருத்துவ ஆராய்ச்சித் திட்டங்கள் செயல்படுத்தப்பட்டன. யூதர்கள், போலந்துகள், ரோமா ஜிப்சிகள், அரசியல் கைதிகள், சோவியத் போர்க் கைதிகள், ஓரினச்சேர்க்கையாளர்கள் மற்றும் கத்தோலிக்க பாதிரியார்கள் ஆகியோர் அடங்குவர்.

இவர்கள் வயதுவாரியாகப் பிரிக்கப்பட்டு பரிசோதனை எலிகளைப் போலப் பயன்படுத்தப்பட்டனர். நாஜி முகாம்களில் பெரிய முகாமான ஆஷ்விட்ச் முகாமில் மட்டும் 1500 சோதனைகள் நடத்தப்பட்டன. பாலினம், குறைபாடுகள், விந்தணு, இரட்டைக் குழந்தைகள், எனத் தனித் தனியே இந்தச் சோதனைகள் மேற்கொள்ளப்பட்டது. இரண்டாம் உலகப்போரில் நடத்தப்பட வேண்டிய மருத்துவ சிகிச்சைகள் எப்படிச் செய்ய வேண்டும் என்பதையும், நீல நிறக் கண்கள் ஆரியர்களுடையது என்பதால் கண் கருவிழி சோதனைக்குப் பெண்களும், குழந்தைகளும் பயன்படுத்தப்பட்டார்கள். கருவிழி நிறத்தை மாற்றுவதற்கான சோதனைகள் செய்தார்கள். இதுபோன்ற எண்ணற்ற சோதனைகளால் பல்லாயிரம் பேர் மடிந்து போனார்கள். உடல் ஊனத்திற்கு உள்ளானார்கள். இரட்டைக் குழந்தைகளை அறிவியல் மூலம் ஒட்டவைக்க முயன்றனர். இந்த இரட்டையர் பரிசோதனைகளில் முன்னிலையில் இருந்தவர் மருத்துவர் ஜோசப் மெங்கலே.

இந்தப் பரிசோதனைகளின் ஒரு அங்கமாக விஷ ஊசி சோதனைகளும், விஷ வாயு பரிசோதனைகளும் நடத்தப்பட்டன. இந்தப் பரிசோதனைகளின் விளைவாகவே அதி நவீன விஷ வாயு முகாம்களை நாஜி படைகளால் உருவாக்க முடிந்தது.

இதே மருத்துவர்கள்தான் கருணைக்கொலை திட்டத்தைச் செயல்படுத்துவதற்கான அறிவியல் வடிவத்தையும் கொடுத்தனர். ‘வாழத்தகுதியற்றவர்கள்’ எனப் பட்டியலிடப்பட்ட முதியோர், நோயாளிகள், ஆகியோரைக் கொல்வதற்கான உரிமையை 1939ஆம் ஆண்டு ஹிட்லர் தனது தனிப்பட்ட மருத்துவர்களுக்கு அளித்தார். இந்தத் திட்டத்தை நிறைவேற்றும் பொறுப்பு மருத்துவர் கார்ல் பிராண்ட் மற்றும் அதிபர் பிலிப் பௌஹ்லர் ஆகியோரிடம் ஒப்படைக்கப்பட்டது. போர்க்கால நடவடிக்கையின் ஒரு அங்கமாக இதைக் கருத்தியல் ரீதியாக நாஜிகள் பிரச்சாரம் செய்தனர்.

ஹென்ரிச் ஹிம்லரின் கட்டுப்பாட்டில் இருந்த உள்துறை அமைச்சகம் ஜெர்மன் முழுக்க உள்ள மருத்துவமனைகளில் பிறக்கும் குழந்தைகளில் பலவீனமான குழந்தைகள், உடல் ஊனத்துடன் பிறக்கும் குழந்தைகள் பற்றியத் தகவலைத் தெரிவிக்க வேண்டும் என உத்தரவிட்டார். பின்னர் இத்திட்டம் 17 வயது வரையிலான பதின் பருவத்தினர் வரை விரிவு செய்யப்பட்டது. பகுதி வாரியாகக் குறைபாடுடைய 17 வயது வரையுள்ளோர் சுகாதார மையங்களுக்குக் கொண்டுவரப்பட்டு அவர்கள் கொல்லப்பட்டனர்.

1939ஆம் ஆண்டு இலையுதிர் காலத்தில் நாடு முழுக்க உள்ள முதியோர் இல்லங்கள், மனநலக்காப்பகங்கள், குழந்தை மையங்கள், சுகாதார மையங்கள் மூலம் கேள்வித்தாள்கள் அடங்கிய படிவம் ஒன்றை பொதுமக்களுக்கு வழங்கினார்கள். அதில் ஒன்பது விதமான குறைபாடுகளைக் குறிப்பிட்டு அதை நிரப்பச் சொல்லிக் கேட்டார்கள். ஒரு புள்ளிவிபரமாகவே இது முன்னெடுக்கப்பட்டது. குறைபாடுடையோரும் ஹிட்லர் அரசு ஏதோ நன்மை செய்யப் போகிறது என்றுதான் அதை நிரப்பிக் கொடுத்தார்கள். அவர்களுக்கு நிரந்தரமான விடுதலையைக் கொடுத்ததுதான் ‘கருணைக் கொலை’ திட்டம். இந்த விண்ணப்பப் படிவங்களை மக்களிடம் நிரப்பி வாங்கும் பணியைச் சுகாதாரத்துறை ஊழியர்களும் மருத்துவர்களும் மேற்கொண்டனர்.

T4 எனப் பெயரிடப்பட்டிருந்த இந்தத் திட்டம் 1939ஆம் ஆண்டு துவங்கப்பட்ட போது ஜெர்மன் சமூகத்தில் ஆரிய இனத்தவர்களே இதை எதிர்த்தார்கள். குறிப்பாக ஜெர்மன் மதகுருக்களான மான்ஸ்டர் பிஷப். கிளமென்ஸ் கவுன்ட்வான் ஆகியோர் எதிர்த்தனர். இந்தத் திட்டத்திற்கு எதிராகப் பாதிரியார்கள், உட்பட பலரும் பேச 1941ல் இந்தத் திட்டத்தை நிறுத்துவதாகச் சொன்னார் ஹிட்லர். 1945 வரை இந்தக் கருணைக்கொலை திட்டத்தை ரகசியமாகச் செயல்படுத்தித்தான் வந்தார். ஜனவரி 1940 மற்றும் ஆகஸ்ட் 1941ஆம் ஆண்டுக்கு இடையில் ஆறு எரிவாயு மையங்களில் 70 ஆயிரத்து 273 உடல், மனநலம் குன்றியோர் கொல்லப்பட்டனர்.

லேத்தல் ஊசி (lethal injection) எனப்படும் உயிர்கொல்லும் விஷ ஊசி போடும் முதலாளித்துவ தண்டனை முறையைக் கருணைக் கொலை மூலம் அறிமுகம் செய்தவர்கள் நாஜிகளே. இந்தக் கருணைக்கொலை திட்டத்தில் ஈடுபடுத்தப்பட்ட மருத்துவர்களைப் பொறுப்பேற்றுக் கொள்ளும் தன்மையில் இருந்து விலக்கு அளித்திருந்த ஹிட்லர் இந்தத் திட்டத்தைத் தனது நாஜிக் கட்சியோடும், அரசோடும்

இணைத்து ரகசியமாகச் செய்தார். மிகக்குறுகிய காலத்தில் பத்தாயிரம் குழந்தைகள் கொல்லப்பட்டனர்.

இப்படி வயது வந்தோருக்கான ஆறு எரிவாயு நிலையங்களை நாஜிகள் நிறுவினார்கள். பெர்லின் அருகில் உள்ள பிரான்டன்பெர்க் ஹேவல் ஆற்றங்கரையிலும், தென்மேற்கு ஜெர்மனியின் கிராஃபெனக்கிலும், ஆஸ்திரியாவிலுமாக ஆறு மையங்கள் உருவானது.

விண்ணப்பங்களை நிரப்பிக் கொடுத்தவர்கள் அவர்கள் வசிக்கும் பகுதிகளில் உள்ள மையங்களுக்கு வந்ததும் அவர்கள் விஷ வாயு அறைகளுக்கு அனுப்பப்பட்டனர். கார்பன் மோனாக்சைடு வசதிகளுடன் இணைக்கப்பட்ட அறைகளில் கொல்லப்பட்டு அதே அறைகளோடு இணைக்கப்பட்ட சுடுகாட்டில் சாம்பல் செய்யப்பட்டனர். இப்படி எரிக்கப்பட்டவர்களின் சாம்பல்கள் ஒரு இடத்தில் குவியலாக வைக்கப்படும். தொழிலாளர்கள் அதைக் கலசங்களில் எடுத்து ஆவணங்களைச் சரிபார்த்து பெயர் எழுதி வைப்பார்கள். சேம்பர்களில் கொல்லப்பட்டவர்களின் உறவினர்கள், அல்லது பாதுகாவலர்கள், அந்தக் கலசங்களைப் பெற கற்பனையாக ஒரு காரணத்தைக் குறிப்பிட்டு இந்தக் காரணத்தால்தான் இறந்தார்கள் என்று சொல்ல வேண்டும். அந்தக் காரணத்தை இறப்புச் சான்றிதழில் நிரப்பி கலசத்தையும் கொடுப்பார்கள் நாஜி அதிகாரிகள்.

நிறுவனமயப்பட்ட இந்தக் கருணைக்கொலைகள் ஜெர்மனியால் ஆக்கிரமிக்கப்பட்ட பகுதிகளுக்கும் விரிவுபடுத்தப்பட்டது. நாஜி ஜெர்மனியில் உருவாக்கப்பட்ட யூதக் குடியிருப்புகள் இந்தக் கருணைக்கொலையைத் திவீரப்படுத்தியது. யூதர்களுக்கான இறுதி தீர்வை நோக்கி நாஜி ஜெர்மனியின் அரசு இயந்திரத்தை முழுமையாக முடுக்கிவிட மிகச்சிறந்த பரிசோதனைக்களமாகக் கருணைக்கொலை T4 திட்டம் இருந்தது.

இரண்டாம் உலகப்போர் முடிவுக்குப் பின்னர் நாஜி ஜெர்மனியின் மருத்துவர்கள் பல்வேறு நீதிமன்றங்களில் விசாரிக்கப்பட்டனர். அவர்கள் போர்க்குற்றவாளிகள் எனும் அளவில்கூட இல்லை. இன ரீதியாகக் கொடுங்குற்றம் இழைத்தவர்கள் என்ற அடிப்படையில் விசாரிக்கப்பட்டனர். 1946 டிசம்பரில், அமெரிக்க ராணுவ நீதிமன்றத்தில் 23 நாஜி ஜெர்மன் மருத்துவர்களுக்கு எதிரான போர்க்குற்றம், இனப்படுகொலை குற்றச்சாட்டுகள் சுமத்தப்பட்டு விசாரணைக்குள்ளாக்கப்பட்டனர். போலந்து, ஜெர்மனி, சோவியத் ஒன்றியம், ரோமா ஜிபிசிகள் என விஷ வாயு சேம்பர் கொலைகளில்

தப்பிய 85 பேர் சாட்சியம் அளித்தனர். கிட்டத்தட்ட 140 நாள் விசாரணைக்குப் பின்னர் பதினாறு மருத்துவர்கள் குற்றவாளிகள் என்று கண்டறியப்பட்டனர். ஏழு பேருக்கு மரண தண்டனை விதிக்கப்பட்டது. அவர்கள் ஜூன் 2, 1948 அன்று தூக்கிலிடப்பட்டனர்.

மருத்துவ ரீதியான கொடுஞ்செயலில் ஈடுபட்ட கொடிய மருத்துவர்களில் பலர் தப்பிச் சென்றார்கள். அவர்கள் யாரிடமும் பிடிபடவில்லை. அவர்களில் முதன்மையானவர் மனிதர்களைச் சோதனை எலிகளைப் போலப் பயன்படுத்திய ஜோசப் மெங்கலே.

1911ஆம் ஆண்டு பிறந்த மெங்கலே முனிச் பல்கலைக்கழகத்தில் இயற்பியல் மானுடவியலில் முனைவர் பட்டம் பெற்றவர். மரபணு மருத்துவத்திலும் பட்டம் பெற்ற ஜோசப் மெங்கலே ஜெர்மனின் முன்னணி மருத்துவரான டாக்டர் ஓட்மர் வான் வெர்ஷூரின் உதவியாளராகத் தன் பயிற்சியைத் தொடங்கினார். 1937ஆம் ஆண்டு நாஜிக் கட்சியில் உறுப்பினர் ஆகி நாஜிகளின் மருத்துவர் அணியில் செல்வாக்குமிக்க நபராக மாறினார். கைசர் வில்ஹெல்ம் நிறுவனத்தில் (KWI) மானுடவியல், மனித மரபியல் மற்றும் யூஜெனிக்ஸ் ஆகியவற்றில் பணியைத் தொடங்கினார். 1938-ல் ராணுவ மருத்துவ அதிகாரியாக எஸ்.எஸ் படையில் இணைந்தார். நாஜிகளின் மரபணு சோதனைகளுக்காக மனிதர்களையே பயன்படுத்தலாம் என்பதை உணர்ந்த மெங்கலேவை அதற்குத் தோதாக ஆஷ்விட்ச் முகாமின் தலைமை மருத்துவராக நியமித்தார்கள்.

ஆஷ்விட்ச் முகாமில் பல மருத்துவர்கள் இருந்தார்கள். ஆனால் யாரிடமும் இல்லாத அளவு மெங்கலே காட்டுமிராண்டித்தனமான சோதனைகளைச் செய்தார். இரட்டைக் குழந்தைகளை இணைத்தார். பெரும்பாலான குழந்தைகள் இறந்து போனார்கள். நீல நிறக் கண்களை உருவாக்கப் பலரது கருவிழிகளை எடுத்தார்.

அவருக்கு வதைமுகாமில் ‘மரண தேவதை’ எனப் பெயர். யார் யார் எரிவாயு மையங்களுக்குக் கொண்டு செல்லப்பட வேண்டும் என்பதை மெங்கலே தீர்மானித்தார்.

யூதர்கள், ஜிப்சி ரத்தங்கள் ஏன் சீரழிந்தன என்பதை மரபணு ரீதியாக ஆராய முற்பட்ட மெங்கலே பரிசோதனைகளை முகாம்வாசிகள் மீது தொடங்க, அவர்கள் இறந்தார்கள். அல்லது சோதனைக்காகக் கொல்லப்பட்டார்கள். சில ஆய்வுகளுக்கு உயிருள்ள மனிதர்கள் தேவைப்பட்டார்கள். சில ஆய்வுகளுக்கு இறந்த உடல்கள்

தேவைப்பட்டன. இவை அத்தனையும் முகாம்களில் ஏராளமாகவும் தாராளமாகவும் கிடைத்தது.

பல்வேறு நோய்களின் மரபணு மூலத்தைக் கண்டறிய ஒரே மாதிரியான மற்றும், இரட்டைச் சகோதரர்களைப் பரிசோதிப்பதில் வெர்ஷூர் பிரபலமான மருத்துவராக இருந்தார். ஹிட்லர் ஆட்சிக்கு வந்த பின்னர் இந்த ஆய்வுகள் பல வடிங்களில் தீவிரம் பெற்றது. அவர் கவனம் செலுத்திய இன்னொரு ஆய்வு கண்விழி தொடர்பான ஆய்வு. நாஜி ஜெர்மன் முழுக்க நடந்த கண் விழி தொடர்பான ஆய்வுகளுக்கு விழிகளைச் சேமித்து அனுப்பிக் கொண்டிருந்தார் மெங்கலே.

முகாம்களில் கொல்லப்படுவதற்காகக் கொண்டு வரப்பட்ட மக்களை ஒரு ஆராய்ச்சிப் பொருளாகப் பயன்படுத்தி நாஜி மருத்துவத்துறையை வளர்க்க நினைத்தார் மெங்கலே. ஆஷ்விட்ச் முகாமில் நாஜி மருத்துவர் மெங்கலேவின் பணிகளுக்கு நிர்பந்தம் காரணமான உதவியாளராக இருந்த மருத்துவக் கைதியான டாக்டர் மிக்லோஸ் நைஸ்லி ஆஷ்விட்ச் முகாமில் தனது அனுபவங்களை 'ஒரு மருத்துவரிடம் சாட்சியம்' *(A Doctor's Eyewitness)* என நூலாக 1946ஆம் ஆண்டு ஹங்கேரிய மொழியில் வெளியிட்டார். நாஜி மருத்துவர் மெங்கலே சோவியத் ஒன்றிய படைகளிடம் பிடிபடுவதைத் தவிர்க்க வேறு முகாமுக்குச் சென்றார். பின்னர் அங்கிருந்து தப்பியபோது அவர் அமெரிக்க அதிகாரிகளிடம் பிடிபட்டார். அவரைப் பற்றி அறிந்திராத அமெரிக்க அதிகாரிகள் அவரை விடுதலை செய்து விட்டனர். பவேரியாவுக்கு தப்பிச் சென்று தலைமறைவாக வாழ்ந்தவர் அங்கிருந்து அர்ஜென்டினாவுக்கு தப்பிச் சென்றார். அன்றைய போர்க்குற்றவாளிகளில் பலர் அர்ஜென்டினாவுக்கு தப்பிச் சென்று வாழ்ந்தனர். அப்படி அர்ஜென்டினாவுக்கு தப்பிச் சென்று வாழ்ந்த முக்கிய நாஜி அதிகாரி அடால்ஃப் எய்ச்மேன் *(Adolf Eichmann)* ஐ மொசாட் பிடித்துச் சென்று இஸ்ரேலிய சிறையில் அடைத்தது. ஆனால் மெங்கலே அர்ஜென்டினாவுக்குள் இருந்தபோதும் பிடிபடவில்லை.

போர்க்குற்றவாளியாக அறிவிக்கப்பட்டுத் தேடப்பட்டு வந்த மெங்கலே அடால்ஃப் எய்ச்மேன் கைதை தொடர்ந்து அர்ஜென்டினாவிலிருந்து தப்பி பிரேசில் சென்றவர், சாவோ பாவ்லோவுக்கு அருகில் தலைமறைவாக வாழ்ந்தார். ஒரு விடுமுறை விடுதியில் நீச்சல் அடித்த போது வலிப்பு நோய் கண்டு நாஜி மருத்துவர் மெங்கலே இறந்து விடுகிறார். பிரேசிலின் சாவோ

பாவ்லோவின் புறநகர்ப்பகுதியில் 'வொல்ப்காங் கெர்ஹார்ட்' என்ற போலியான பெயரில் அடக்கம் செய்யப்பட்டார்.

நீண்ட நாள் மெங்கலேவின் மரணம் பற்றிய உளவுத்தகவல்களை உறுதிசெய்ய முயன்ற ஜெர்மன் ரகசிய போலீசார் 1985ஆம் ஆண்டு மெங்கல் குடும்ப நண்பர்களிடமிருந்து பறிமுதல் செய்த ஆவணங்களை வைத்து மெங்கலின் கல்லறையைக் கண்டுபிடித்து அவரது உடலை தோண்டி எடுத்து பிரேசிலின் தடயவியல் துறையின் ஆதரவோடு உறுதி செய்தனர். மனித குலத்திற்கு இத்தனை பெரிய, கற்பனை செய்யமுடியா கொடூரங்களைச் செய்துவிட்டு பிரேசிலில் தலைமறைவாக இருந்த, இறந்து போனது டாக்டர் ஜோசப் மெங்கல்தான் என்பது 1992 டி.என்.ஏ சோதனை மூலம் உறுதிசெய்யப்பட்டது. நாஜிகளிலேயே கோழைத்தனமாகத் தன்னைக் காப்பாற்றிக் கொண்டவர் மெங்கலே!

10

ஒரே நாடு ஒரே பிறப்பு: குழந்தை தொழிற்சாலையில் ஆரியப் பெண்கள்

“சோசலிஸ்டுகளாகிய நாங்கள் யூதர்களை எதிர்ப்பவர்கள். ஏனென்றால் எபிரேயர்களாகிய யூதர்கள் முதலாளித்துவத்தின் அவதாரமாக இருக்கிறார்கள். தேசத்தின் சொத்துகளை அவர்கள் தவறாகப் பயன்படுத்துகிறார்கள்”

– ஜோசப் கோயபல்ஸ்

ஹிட்லரின் ஜெர்மன் ரீச்சில் நாஜி அரசு யூஜெனிக் கொள்கையின்படி உருவாக்கிய மாபெரும் தன்னார்வலர் திட்டம்தான் ‘லெபன்ஸ்பார்ன்’ என்னும் தூய்மையான ஆரிய இனத்தை உருவாக்கும் மகப்பேறு திட்டம்.

ஆரியர்களின் குணங்கள் என ஹிம்லர் வரையறுத்த குணங்களோடு குழந்தைகளை உருவாக்குவதும். எதிர்கால ஆரிய உலகை ஆட்சி செய்யவும், ஆரியரை பாதுகாக்கும் புனிதப்படையை உருவாக்குவதுமே இந்தத் திட்டத்தின் நோக்கம். இதற்காகத் தனிப் பிரச்சாரப் பிரிவு உருவாக்கப்பட்டது. இந்தத் திட்டத்திற்கு ‘லெபன்ஸ்பார்ன்’ என்று பெயரிடப்பட்டுக் கையடக்க விளக்கக் குறிப்பேடுகள் தயாரிக்கப்பட்டு ஆரிய இன மக்களுக்கு வழங்கப்பட்டது.

லெபன்ஸ்பார்ன் *Lebensborn (fountain of life)* என்பதன் பொருள் வாழ்வின் நீரூற்று என்பதுதான். ஜெர்மனியின் வீழ்ச்சியடைந்துவிட்ட ஆரியர்களின் எண்ணிக்கையை அதிகரிப்பது. இன ரீதியாகத்

தூய்மையான ஜெர்மனியை உருவாக்குவது. யூஜெனிக்ஸ்படி தூய ஆரிய இனத்தை முழுமையடைய வைப்பது. ஜெர்மன் கைப்பற்றி வைத்திருந்த பகுதிகள் முழுமைக்கும் இந்த லெபன்ஸ்பார்ன் திட்டத்தை விரிவாக்கம் செய்யும் பணிகளையும் திவீரப்படுத்தினர்.

புனிதமான ஜெர்மனுக்காக பியூரர் ஹிட்லருக்காக நீங்கள் தேச சேவை ஆற்ற விரும்பினால் தேச நலனுக்காக நீங்கள் குழந்தை பெற்றுக் கொடுக்கலாம் என்று பெண்களைக் கவரும் விதத்தில் பிரச்சாரம் செய்தார்கள்.

சட்டரீதியாக வரையறை செய்திருந்த பொன்னிற முடியையும், நீல நிறக் கண்களையும் கொண்ட ஆரியக் குழந்தைகளை உருவாக்க, திட்டத்தில் இணையும் பெண்கள் எஸ்.எஸ். படைப்பிரிவில் உள்ள அதிகாரிகளுடன் உடலுறவு கொண்டு குழந்தையைப் பெற்றுக் கொடுத்துவிட்டுச் சென்றுவிட வேண்டும். ஒரு பெண் நான்கு குழந்தைகளைப் பெற்றுக் கொடுக்க வேண்டும் என ஹிம்லர் கவர்ச்சிகரமாக உணர்ச்சியூட்டினார்.

இதில் தன்னார்வலர்களாக ஆரியப் பெண்கள் இணைய ஆர்வம் காட்டினார்கள். அன்று ஹிட்லருக்கு இருந்த செல்வாக்கு அப்படி. தேசிய நாயகனான ஹிட்லருக்காகக் குழந்தை பெற்றுக் கொடுக்கப் போகிறோம் எனப் பதின்ம வயது பெண்கள் தங்களைக் குழந்தை பெற்றுக் கொடுக்கும் ‘லெபன்ஸ்பார்ன்’ திட்டத்தில் தன்னார்வலர்களாக இணைத்துக் கொண்டார்கள்.

நாஜி ஜெர்மனியில் ராணுவ பொறியாளர்கள், கட்டுமானப் பொறியாளர்கள் இணைந்து நாஜி ஜெர்மனியின் வதை முகாம்களை விஷவாயு மையங்களை வடிவமைத்தது போல, லெபன்ஸ்பார்ன் திட்டத்திற்கான சிறப்பு முகாம்களையும் உருவாக்கியிருந்தனர். இந்த லெபன்ஸ்பார்ன் மகப்பேறு மையங்கள் அதி நவீன வசதிகள், அதி உச்ச ஆடம்பர வாழ்வை அனுபவிக்கும் மையங்களாக இருந்தன. விலை உயர்ந்த ஆடைகள், முதல்தர உணவுகள், கேளிக்கைகள் என எதற்கும் பஞ்சமில்லை. இப்படியான பல மையங்கள் செயல்பட்டன. அவற்றுள் பல நூறு இளம் ஆரியப் பெண்கள் தங்களின் உண்மையான பெயரை மறைத்தபடி எஸ்.எஸ். படைப்பிரிவு அதிகாரிகளுடன் கர்பமாகும் வரை உடலுறவு கொண்டனர்.

இந்தக் குழந்தைப் பேறு மையங்கள் மருத்துவர்கள், பேராசிரியர்கள் பொறுப்பில் இருந்தன. ஒட்டுமொத்த மையங்களும் ராணுவத் தலைவர் ஹென்ரிச் ஹிம்லரின் கட்டுப்பாட்டில் இருந்தது. குழந்தை

பெற்றுக் கொள்ளும் இந்தத் திட்டத்தில் தன்னார்வலர்களாக இணைத்துக் கொள்ளப்பட்ட பெண்கள் முகாம்களுக்கு அனுப்பி வைக்கப்படுவார்கள். அவர்களுக்கு முதல்கட்ட பரிசோதனைகள் செய்யப்படும். முதலில் அவர்களின் கன்னித்தன்மை பரிசோதனை செய்யப்படும். பின்னர் அவர்களின் ஆரிய வம்சம் உறுதிபடுத்தப்படும். பரம்பரை நோய்கள், ஒழுக்கம் தொடர்பாக முறைகேடுகள் இருக்கிறதா என விசாரிக்கப்படுவார்கள். பின்னர் மது, சிகரெட் போன்றவற்றில் நாட்டம் இல்லாதவராக இருக்கிறாரா? என்பதும், குடும்பப் பற்று இல்லாமல் இருக்கிறாரா? என்பது போன்ற பல பரிசோதனைகளுக்குப் பின்னர், அவர்கள் பெற்றெடுக்கப் போகும் குழந்தை மீதான எந்த உரிமைகளையும், எக்காலத்திலும் கோர மாட்டோம். தங்களின் கர்பப்பை மூலம் உருவாகும் குழந்தை ஜெர்மன் தேசத்தின் சொத்து என ஆவணங்களில் கையெழுத்திட்டுக் கொடுக்க வேண்டும். அதன் பின்னரே லெபன்ஸ்பார்ன் திட்டத்தில் தன்னார்வலர்கள் இணையமுடியும்.

நாஜி சித்தாந்தத்துக்கும் ஆட்சிமுறைக்கும் முழுமையான விசுவாசமுள்ள ஒரு நாஜியை பிறக்கும் போதே உற்பத்தி செய்யும் இந்தத் திட்டத்தில் இணைந்த பெண்கள். பொன்னிற முடியையும், நீலநிறக் கண்களையும் கொண்டவர்களாக இருப்பர். அவர்கள் தங்கள் கண்ணின் நிறத்தையொத்த ஒரு எஸ்.எஸ். அதிகாரியைத் தெரிவுசெய்து கொள்ளும் உரிமையைப் பெற்றிருந்தார்கள். இதற்கு ஒரு வார காலம் முழுமையாக அவர்களுக்கு வழங்கப்பட்டது.

தன்னார்வலராக வரும் பெண், எஸ்.எஸ் படைப்பிரிவு அதிகாரியுடன் உறவு கொள்வார். ஆனால், அந்த அதிகாரி யார்? அவருடைய உண்மையான பெயர் என்ன என்பது அந்தப் பெண்ணுக்குத் தெரியாது. அந்தப் பெண் பற்றிய தகவல்களும் அந்த அதிகாரிக்குத் தெரியாது. லெபன்ஸ்பார்ன் திட்டத்தின் பிரதான விதிமுறை இது.

ஹிம்லர் அடிக்கடி இந்த மையங்களுக்கு விசிட் செய்து மகப்பேறு பணிகளைச் சிரத்தையோடு ஆய்வு செய்து வந்தார். ஒவ்வொரு முறை மையத்தில் இருக்கும் பெண்களையும் வீரர்களையும் சந்திக்கும் போதெல்லாம் நான்கு குழந்தைகள் பெற்றுக் கொடுக்க வேண்டும் என வலியுறுத்தினார்.

பெண்ணின் மாதவிடாய் நாட்களைக் குறிப்பெடுக்கும் அதிகாரிகள் முகாமுக்கு வரும் பெண்களுக்கு மாதவிடாய் துவங்கும்

பத்தாவது நாள் முதல் ராணுவ வீரருடன் உடலுறவு கொள்ள அனுமதிக்கப்படுவார்கள்.

தன்னார்வலராக வரும் பெண், அங்கிருக்கும் எஸ்.எஸ் அதிகாரியைத் தெரிவு செய்ததும் அவர்கள் அறைக்குச் செல்வார்கள். மூன்று இரவுகள் அல்லது நான்கு இரவுகள் சில வேளைகளில் ஒரு வாரம் வரை உறவு கொள்வார்கள். இந்த இரவுகளின் எண்ணிக்கை மாறுபடும். சில இரவுகள் வேறு பெண்களுடனும், மற்ற இரவுகளில் வேறு பெண்களுடன் ஆண்கள் உறவு கொண்டனர்.

ஒரு ஆண் பல குழந்தைகளுக்குத் தந்தையாகவும், பெண்கள் சில குழந்தைகளின் தாயாகவும் இருந்தார்கள். எஸ்.எஸ். ராணுவ அதிகாரிகளுடன் உறவு கொண்டு பெண் கருவுற்றதும், மையத்தில் இருந்து தனிமைப்படுத்தப்பட்டு வேறு முகாம்களுக்கு அனுப்பப்படுவார். அங்கே அவருக்கு ஊட்டச்சத்துமிக்க உணவுகளும் வழங்கப்படும். குழு விளையாட்டுகள், திரைப்படங்கள் பார்ப்பது என அவர்களின் கர்ப்ப காலங்கள் ஒழுங்கமைக்கப்பட்ட மகிழ்ச்சியால் நிரம்பியிருந்தன. மையத்தில் குழந்தை பிறந்ததும் இரண்டு வாரங்கள் அக்குழந்தை தாயிடம் தாய்ப்பால் குடிக்கும் பின்னர் இரண்டாவது வாரத்தில் குழந்தை தாயிடம் இருந்து பிரிக்கப்பட்டு நாஜி ஜெர்மனி அரசின் தூய ஆரியக் குடிமகனாகவும், அரசு ஊழியராகவும் இணைத்துக் கொள்ளப்படும். அக்குழந்தைகள் தூய ஜெர்மன் குடிமகனாக, குடிமகளாக மையங்களில் வளர்க்கப்படுவார்கள்.

குழந்தை பெற்றுக் கொடுத்த தாயோ ஏதுமற்றவளாக வீடு திரும்பி விடுவாள். இப்படித் திரும்பி வரும் பெண்களை மீண்டும் மீண்டும் ஹிம்லரின் படைகள் குழந்தை பெற்றுக் கொடுக்க அழைத்தனர்.

இந்தத் திட்டத்தை ஊக்குவிக்க Cross of Honor என்ற பெயரில் ஜெர்மன் தாய் என்ற உயரிய விருதை ஹிட்லர் அறிவித்தார். இந்த விருது நாஜிக் கட்சி சார்பில் ஆரியப் பெண்களுக்கு மட்டுமே வழங்கப்படும் விருதாகும். எட்டு அல்லது அதற்கு மேற்பட்ட குழந்தைகளைப் பெற்றுக் கொண்ட தாய்மார்களுக்குத் தங்கப் பதக்கமும், ஆறு முதல் ஏழு குழந்தைகளைப் பெற்றுக் கொடுத்த தாய்களுக்கு வெள்ளிப் பதக்கங்களும், நான்கு முதல் ஐந்து குழந்தைகளைப் பெற்றுக் கொடுக்கிறவர்களுக்கு 1939 முதல் 1944 வரை மூன்று மில்லியனுக்கும் அதிகமான ஜெர்மன் பெண்களுக்கு இந்த விருதுகள் வழங்கப்பட்டன.

முன்பின் தெரியாத யாரோ ஒருவருடன் ஆரியப் பெண்கள் உறவு கொண்டது தங்களின் பியூரருக்காக (ஹிட்லருக்காக) அந்த முகாமில் பிறக்கும் எல்லா குழந்தைகளின் ஞானத் தந்தையும் ஹிட்லர்தான். இந்த மகிழ்ச்சி குழந்தை பெற்றுக் கொடுத்த பெண்களுக்கு அதிக நாட்கள் நீடிக்கவில்லை. அவர்களில் பலர் தாம் பெற்றுக் கொடுத்த குழந்தை எங்கே? எனத் தேடத் துவங்கினார்கள். தன்னோடு உணர்வு கொண்ட அந்த ராணுவ வீரனின் உண்மை பெயரைக் கண்டு பிடிக்கவும். உறவில் இருந்த ஆணையும் தேடித் தேடி அலைந்த ஆரியப் பெண்களின் கதைகள் உள்ளன.

லெபன்ஸ்பார்ன் திட்டத்தின் கீழ் 20 கோடி குழந்தைகளைப் பெற்றெடுத்தால் மொத்த உலகையும் வென்று ஜெர்மன் சாம்ராஜ்ஜியத்தை ஸ்தாபிக்கலாம் என நம்பினார் ஹிட்லார். ஆனால் அவரது திட்டம் ஈடேறுவதற்கான காலம் போதுமானதாக இல்லை. 12 ஆண்டுகளில் ஜெர்மன் முதல் நார்வே வரை சுமார் 20 ஆயிரம் குழந்தைகளை மட்டுமே உற்பத்தி செய்ய முடிந்தது.

அதனால் கட்டாய ஆரியமயமாக்கல் திட்டத்தின் கீழ் தான் கைப்பற்றி வைத்திருந்த பல நாடுகளில் இருந்தும் ஆரியக் குழந்தைகளைக் கடத்த உத்தரவிட்டார் ஹிட்லர். இதற்கெனப் பிரத்தியேக ரயில்கள் சிறப்புத் திட்டத்தின் கீழ் உருவாக்கப்பட்டது.

இந்தத் திட்டத்தை முழுமையாக்க ரஷ்யா, போலந்து, செக்கோஸ்லோவாக்கியா, நார்வே, லெபனான் போன்ற தேசங்களில் இருந்து ஆரியத் தாய்களிடமிருந்து குழந்தைகள் பறித்தெடுக்கப்பட்டு கடத்தப்பட்டார்கள். லெபனானில் இருந்து மட்டும் பத்தாயிரம் குழந்தைகள் கடத்தப்பட்டதாக வரலாறு கூறுகிறது.

இப்படிக் கடத்தி வரப்படும் குழந்தைகள் யூஜெனிக்ஸ் அடிப்படையில் 11 குழுக்களாகப் பிரிக்கப்பட்டு அதிலிருந்து வடிகட்டி மூன்று தரமாக குழந்தைகளைப் பிரித்தார்கள். அதில் முதல் தரம் விரும்பத்தக்கது, இரண்டாவது ஏற்றுக் கொள்ளலாம், மூன்றாவது தேவையற்றது என்று வடிகட்டப்பட்டார்கள். முதலிரண்டு வகைகளைவிட மூன்றாவது தரத்தில் நிராகரிக்கப்பட்ட குழந்தைகளின் வாழ்வோ கொடியதாக இருந்தது. ஒன்றிலோ அவர்கள் அடிமை வேலைக்கு அனுப்பப்பட்டார்கள். பெரும்பாலான குழந்தைகள் கொல்லப்பட்டார்கள் அதற்கும் கருணைக்கொலை எனப் பெயரிட்டார்கள். கொல்லப்படுவது யூதக் குழந்தைகள் அல்ல ஆரியக் குழந்தைகள்.

இவை அனைத்தும் பிரான்சிஸ் கால்டன் கண்டுபிடித்த அறிவியல் கொள்கை எனப்பட்ட யூஜெனிக்ஸின் பெயரால் நடந்தது. 1945இல் இரண்டாம் உலகப்போரின் முடிவில் இந்தக் குழந்தைகள் என்ன ஆனார்கள் என யாராலும் கண்டுபிடிக்க முடியவில்லை. பல ஆரியத் தாய்மார்கள் தங்கள் குழந்தைகளுக்கு என்ன நடந்தது எனத் தெரியாமல் பைத்தியம் பிடித்து அலைந்தார்கள்.

பெரும்பான்மை குழந்தைகளின் எதிர்கால நலன் கருதி சோவியத் ஒன்றியமும், பிரிட்டன் உட்பட அய்ரோப்பிய நாடுகளும் அவர்களைத் தகுதியுள்ள பெற்றோருக்குத் தத்துக் கொடுத்தன. சில நாடுகள் அவர்களுக்கு மறுவாழ்வு அளிக்க ஒப்புக்கொண்டு அழைத்துச் சென்றன. ஆனாலும், பல்லாயிரம் குழந்தைகள் எஞ்சினார்கள். அவர்களுக்கு இரண்டாம் உலகப்போருக்குப் பிந்தைய ஜெர்மன் அரசு நட்ட ஈடு வழங்கியது. ஆனால் அவர்கள் மிக மோசமான சமூகப் புறக்கணிப்பிற்கு உள்ளானார்கள்.

எந்த மேன்மைமிக்க ஆரிய இனத்தின் பிறப்பு எனப் பிரசவிக்கப் பட்டார்களோ அந்தக் குழந்தைகளை ஆரிய இனமே ஏற்றுக் கொள்ளவில்லை. நிராதரவாக அவர்களைக் கைவிட்டது ஜெர்மன் சமூகம். தங்களின் பியூரருக்காக (ஹிட்லர்) குழந்தை பெற்றுக்கொடுத்த பெண்கள் தங்களின் குழந்தைகளைத் தேடினார்கள். அவர்களில் பலர் தாங்கள் நாஜி சேவைக்காகக் குழந்தை பெற்றுக் கொடுத்தோம் என்பதையே மறைத்து விட்டார்கள். சிலர் குழந்தை பெற்றுக் கொடுத்த அனுபவங்களைப் போருக்குப் பின்னர் பகிர்ந்து வேதனைப் பட்டார்கள்.

நோர்வே உள்ளிட்ட பல இடங்களில் இருந்து கடத்தி வரப்பட்ட குழந்தைகள் அவர்களின் சொந்த இடங்களுக்கு அனுப்பப்பட்டார்கள். அவர்களும் சரி லெபன்ஸ்பார்ன் திட்டத்தின் கீழ் பிறந்தவர்களும் சரி தங்களின் முதிய வயதில் ஆதரவின்றித் தடுமாறிக் கொண்டிருக்கிறார்கள். அவர்களில் பலர் தங்களின் பொது அடையாளத்தை மறைத்து வாழ்ந்தனர். பலர் போதைக்கு அடிமையாகினர். சிலர் தற்கொலை செய்து கொண்டனர். பலர் மனித உரிமை நீதிமன்றங்களிலும், ஜெர்மன் அரசிடமும் நட்ட ஈடு போதவில்லை என்று தொகையை உயர்த்திக்கேட்டு அலைந்து கொண்டிருக்கிறார்கள்.

இன்று இப்படிப் பிறந்தவர்களும், கடத்தி வரப்பட்டு வளர்க்கப்பட்டவர்களும் கோலகோஸ்ட் நினைவு மையங்களில்

வருடத்திற்கு ஒருமுறை சந்தித்துத் தங்களுக்குள் தொடர்பை ஏற்படுத்தி ஒருவருக்கொருவர் உதவிக் கொள்கிறார்கள். சமூகம் ஏன் தங்களை ஏற்றுக்கொள்ளவில்லை என்ற கேள்விக்கு மட்டும் அவர்களால் பதில் கண்டுபிடிக்கவே முடியவில்லை.

மனித குலத்திற்கு இன ரீதியாகக் கொடுங்கோன்மையைச் செய்த ஹிட்லர் மறைந்து 77 ஆண்டுகள் ஆகிவிட்டது. தங்களின் சுய நலனுக்காகவும், பதவி வெறிக்காகவும் அவர்கள் விட்டுச்சென்ற வடுக்களையும், காயங்களையும் சுமந்து இன்னும் அந்தக் கொடுமையின் சாட்சியமாக அய்ரோப்பா முழுக்க சிதறி வாழ்கிறார்கள் லெபன்ஸ்பார்ன் முதியவர்கள்.

ஹிட்லருக்குப் பின்னரும்...

ஹிட்லரும் நாஜியிசமும் முடிவுக்கு வந்து 77 ஆண்டுகள் ஆகிவிட்டது. இன்று யூதப் படுகொலைகளை நினைவுகூறும் எவரும் இரண்டு வார்த்தைகளைப் பிரதானமாகக் குறிப்பிடுவர். ஒன்று 'ஹோலோகாஸ்ட்' *(The Holocaust)* இன்னொன்று 'இறுதி தீர்வு' *(Final Solution)* இந்த இரண்டும் ஒரே அர்த்தத்தைக் கொண்ட வார்த்தைகள் அல்ல. முதலாம் உலகப்போருக்குப் பிந்தைய ஜெர்மனியின் 1918 முதல் 1945 வரையிலான ஒரு தொடர்ச்சியான பரிணாம வளர்ச்சியைக் கொண்ட யூத இன அழிப்பின் இருவேறு அடையாளங்களை இந்த வார்த்தைகள் சுமந்திருக்கிறது.

ஹோலோகாஸ்ட் என்ற வார்த்தை கிரேக்க ஹோலோகாஸ்டனில் இருந்து யூதர்கள் பெற்றுக் கொண்டதாக அறிஞர்கள் கருதுகிறார்கள். பண்டைய கிரேக்க மொழியில் 'ஹோலோகாஸ்ட்' என்பது கடவுளுக்கு இடப்படும் தகனப்பலியைக் குறிக்கிறது. எபிரேய மொழியில் 'olah என்பதன் மறுவிய வடிவமே 'ஹோலா' என்கிறார்கள். பொதுவாக இரண்டாம் உலகப்போருக்கு முன்பே மக்கள் கூட்டமாகத் துயருற்று மடிவதை அடையாள ரீதியாகக் குறிக்கும் சொல்லாக இந்த ஹோலோகாஸ்ட் என்ற சொல் பயன்பாட்டில் இருந்து வந்துள்ளது. நாஜி ஜெர்மனியில் யூதர்கள் இன அழிப்புக்குப் பின்னர் அது பொருத்தம் பெற்று 'ஹோலோகாஸ்ட்' ஆனது.

இத்தீஷ் மொழி பேசும் யூதர்கள் நாஜி ஜெர்மனியில் இருந்து தப்பி ஓடினார்கள். அப்படித் தப்பிச் சென்றவர்கள் தங்களுக்குள் ஒரு இணைப்பை உருவாக்க முயன்றனர். அவர்கள் யூதர்களின்

கொலையை இத்தீஷ் மொழியில் 'ஹர்பன்' என்றனர். அதாவது அழிவு என்று பொருள். ஜெருசலமில் உள்ள தங்களின் முதல் கோவில் பாபிலோனியர்களால் அழிக்கப்பட்டதைக் குறிக்க 'ஹர்பன்' என்ற வார்த்தையை யூதர்கள் பயன்படுத்தினார்கள். பின்னர் இதே வார்த்தையைப் பேரழிவு என்றும் பயன்படுத்திக் கொண்டார்கள். நீண்ட தொடர்ச்சியான அழிவாக யூதர் படுகொலைகள் ஜெர்மனில் முன்னெடுக்கப்பட்டதால் உலகம் யூதர்கள் பரவலாக பயன்படுத்திய 'ஹோலோகாஸ்ட்' என்ற வார்த்தையை நாஜி ஜெர்மனியின் அழிவின் அடையாளமாகப் பயன்படுத்துகிறது.

இறுதி தீர்வு

இறுதி தீர்வு என்பது நாஜிகள் பயன்படுத்திய சொல். ஜெர்மனியில் நாஜிகள் தங்களின் 12 ஆண்டுகால ஆட்சியில் பல சொற்களைப் பயன்படுத்தினார்கள். அந்தச் சொற்களுக்கு மறைமுகமான பல அர்த்தங்களைக் கொடுப்பதில் கோயபல்ஸ் புகழ்பெற்றிருந்தார்.

அந்த வகையில் யூதர்களின் பிரச்சனைக்கு இறுதியான ஒரு தீர்வை வழங்குகிறோம் என்பதுதான் 'இறுதி தீர்வு' என்ற சொல்லின் அர்த்தம். இனம், தேசியம், மதம் போன்ற காரணங்களுக்காக மக்கள் அழிக்கப்படுவதை இனப்படுகொலை என அமெரிக்க போர்த்துறை ஆலோசகர் ரஃபேல் லெம்கின் வரையறுத்தார். இரண்டாம் உலகப்போரின் போது 1946 ஐக்கிய நாடுகளின் பொதுசபை இனப்படுகொலை தண்டனைக்குரிய குற்றம் என அறிவித்தது.

நாஜிகள் ஆட்சிக்கு வந்தபோது ஜெர்மன் முழுவதிலிருந்தும், அய்ரோப்பாவை விட்டு வெளியேறுமாறும் யூதர்களை எச்சரித்தனர். அப்படி வெளியேறாத யூதர்களுக்கான இறுதி தீர்வுதான் T4 எனப்படும் இனப்படுகொலை (Endlosung der Judenfrage) 1933ஆம் ஆண்டு ஜெர்மன் அதிபராக ஹிட்லர் வந்த நாள் முதலே ஹோலோகாஸ்ட் துவங்குகிறது. 1941 முதல் 1945 வரை சட்டம், நீதி, முகாம்கள், அரசு இயந்திரங்கள் உதவியோடு இனப்படுகொலை நிறைவேற்றப்பட்டது. இதையே 'இறுதி தீர்வு' என்றார்கள் நாஜிகள். இந்த இறுதி தீர்வை நிறைவேற்றும் முடிவை எப்போது ஹிட்லர் எடுத்தார் என்பது இன்றும் ஆய்வுக்குறியது.

இறுதி தீர்வு என்பது திட்டமிடப்பட்ட வெகுசன படுகொலை, அய்ரோப்பாவில் வசிக்கும் மூன்றில் ஒரு யூதரைக் கொல்ல முறைப்படுத்தப்பட்ட முகாம் நிர்வாகத்தை உருவாக்கியது நாஜி

அரசு. தொழிலாளர் முகாம்கள், போர்க்கைதிகள் முகாம்கள், கொலை முகாம்கள், போக்குவரத்து முகாம்கள் என ஒவ்வொன்றும் தனித் தனியாக நிர்வகிக்கப்பட்டன. 1933ஆம் ஆண்டு வசந்த காலத்தில் டாச்சு (Dachau) வதை முகாமை முதன் முதலாக நிறுவியது. இந்த முகாம்களுக்கான தனி அதிகாரிகள், ஊழியர்கள், பாதுகாவலர்கள் ஒவ்வொரு முகாமுக்கும் நியமிக்கப்பட்டனர்.

1941ஆம் ஆண்டு ஜூலையில் சோவியத் ஒன்றியத்தின் ஆக்கிரமிக்கப்பட்ட பகுதிகளில் பொறுப்பாளராக ஹென்ரிச் ஹிம்லரை நியமித்தார் ஹிட்லர். நிரந்தர ஜெர்மன் ஆட்சிக்கான அச்சுறுத்தல்களை உடனடியாக அகற்றுமாறு உத்தரவிட்டு அதற்குரிய அதிகாரத்தையும் ஹிம்லருக்கு வழங்கினார். நாஜி தலைவர் ஹெர்மன் கோரிங் எஸ்.எஸ் ஜெனரலுக்கு 'யூதப்பிரச்சனைகளுக்கான முழுமையான இறுதி தீர்வை' செயல்படுத்துவதற்கான ஆயத்தப் பணிகளைத் துவங்குமாறு உத்தரவிட்டார்.

முதன் முதலாக 1941இல் 'ஆபரேஷன் ரெய்ன்ஹார்ட்' என்ற பெயரில் ஹென்ரிச் ஹிம்லரும், வேறு சில தளபதிகளும் இந்தத் திட்டத்தை நிறைவேற்ற போலந்தில் மூன்று கொலை மையங்களை நிறுவினர் - பெல்செக், சோபிபோர், ட்ரெப்ளிங்கா என மூன்று முகாம்களை அமைத்தனர். விஷ வாயு, சுட்டுக் கொல்லுதல், விஷ ஊசி என லட்சக்கணக்கான யூதர்கள் கொல்லப்பட்டார்கள்.

1933ஆம் ஆண்டே டாச்சு என்ற இடத்தில் முதல் முகாம் உருவாக்கப்பட்டது. பல கொலை மையங்கள், மொபைல் கேஸ் வேன்கள், மின் மயானங்கள் உருவாக்கப்பட்டது. பின்னர் இறுதி தீர்வை நோக்கிய பயணத்தில் பல பெரிய முகாம்கள் சாக்சன்ஹவுசென் (Sachsenhausen), 1936, புக்சென்வால்ட் (Buchenwald) 1937, ஃப்ளோசன்பர்க் (Flossenburg) 1938, மௌதௌசென் (Mauthausen) 1938, பெண்களுக்கான தனி வதை முகாம் ரேவன்ஸ் ப்ரூக் (the women's concentration camp Ravensbrück 1939, ஆஷ்விட்ஸ் Auschwitz 1940, அல்சேஸில் நாட்ஸ்வீலர் (Natzweiler in Alsace) 1941 உருவாக்கப்பட்டன. இங்கிருந்து பிடித்து வரப்பட்ட மக்கள் பல்வேறு கொலை முகாம்களுக்கு அனுப்பி வைக்கப்பட்டனர். முன்கூட்டியே திட்டமிட்டுச் சட்டங்களை உருவாக்கியது. அரசில் இருந்து யூதர்களைத் துண்டித்து விட்டது, நீதித்துறையை நாஜி மயமாக்கியது, சமூகத்தின் பொது மனசாட்சியாக, யூதர் அல்லாதோரின் சிந்தனை முறையாக ஆரியமயமாக்கலை சமூகப் பொறியியலாக உருவாக்கியது. முடிவில் யூதர்களைக் கொன்றொழித்தது என 'இறுதி தீர்வு' என்ற

வார்த்தைக்குப் பின்னார் ஒரு அரசு நிறுவனம் இயங்கிய விதம் இதுவே.

துவக்கத்தில் நாஜிகளுக்கு யூத அழிப்புக்குச் சரியான விளக்கங்களைக் கொடுக்க முடியவில்லை. ஆனால் பிரான்சிஸ்ட் கால்டனின் 'யூஜெனிக்ஸ்' கோட்பாடு செல்வாக்கு பெற்ற பின்னர் அதன் அடிப்படையில்தான் யூத இன அழிப்பையும் புதிய ஆரிய இன உருவாக்கத்தையும் செய்தனர்.

11

இந்தியா – ஒரே நாடு – ஒரே மரபணு

“நோர்ட்டிக் நாடுகளைச் சேர்ந்த ஆரியர்களே தூய்மையானவர்கள். ஆயிரத்து ஐநூறு ஆண்டுகளுக்கு முன்பு அவர்கள் இடம் பெயர்ந்து இமயமலைப் பகுதிகளை அடைந்து அங்கிருந்து ஆசியா முழுக்க சிதறினார்கள். இப்படிச் சிதறிய ஆரியர்கள் ஏனைய இனங்களுடன் கலந்து மாசடைந்து விட்டார்கள்”

– ஹிட்லர்

பொன்னிற முடியும், நீல நிறக் கண்களையும், ஆறடி உயரத்தையும் கொண்ட தூய்மையான ஆரிய இனத்தை உருவாக்க முயன்ற ஹிட்லர் இன்று வரலாற்றின் குப்பைத் தொட்டியில் வீசப்பட்டுள்ளார். முசோலினியோடு பாசிசமும், ஹிட்லரோடு நாஜியிசமும் முடிந்துவிட்டதாக நாம் நினைத்துக் கொண்டிருக்கிறோம். ஆனால் இந்தியாவில் ஆரியர் இயக்கம் இந்துத்துவம் என்ற போர்வையில் வலதுசாரி வகுப்புவாத இயக்கமாக வளர்ந்து செல்வாக்குச் செலுத்துகிறது.

‘வலதுசாரிகள்’ எனப் பொதுவாக அடையாளப் படுத்தப்படும் இவர்கள் இந்தியாவில் வலிமை பெற்றவர்களாகவும், அரை இராணுவ அமைப்பைக் கொண்டவர்களாகவும் இருக்கிறார்கள். இந்தியாவில் இந்து பெரும்பான்மைவாத அணி திரட்டலில் பொது உளவியலை உருவாக்குவதில் வெற்றியடைந்திருக்கும் இவர்கள். மதச்சிறுபான்மை மக்கள் மீதான தாக்குதலை தேர்தல் களத்தில் வைத்து மக்கள் ஆதரவோடு வெற்றி பெறுகிறவர்களாகவும் இருக்கிறார்கள். இது இரண்டாம் உலகப் போருக்குப் பின்னர் வெய்மர் குடியரசை “ஆரியமயமாதல்”கொள்கை பேசி ஹிட்லர்

வீழ்த்தியமையுடன் ஒப்பிடத்தக்க அளவில் இருக்கிறது. ஆனால், நடைமுறையில் ஹிட்லர் பேசிய எதையும் அதே அடையாளத்தோடு இந்திய வலதுசாரிகளால் பேச முடியவில்லை. உள்ளூரில் இந்து தேசியவாதத்தை அவர்கள் இந்துக்கள் VS இந்துக்கள் அல்லாதவர்கள் எனக் கட்டமைக்கிறார்கள். நாஜிகள் யூதர்களை எதிரிகளாகக் கட்டமைத்து நாஜி தேசியவாதத்தை வளர்த்ததுபோல இந்தியாவில் முஸ்லீம்களை எதிரிகளாகக் கட்டமைத்து இந்து தேசியவாதத்தை வளர்க்கிறார்கள்.

இந்திய துணைக்கண்டத்தில் இஸ்லாம், கிறிஸ்தவம் அல்லாத அத்தனை மதங்களையும் இந்து என்ற ஒற்றை அடையாளத்தினுள் கொண்டு வந்திருக்கும் தேசியவாதமும், சாதி உருவாக்கும் பண்பாட்டால் பிளவுபட்டுள்ள இந்திய சமூகங்களும் இயல்பாகவே 'யூஜெனிக்ஸ்' தன்மையைக் கொண்டுள்ளது. நற்பிறப்பு, தீமையான பிறப்பு, உயர்ந்தவர்கள், தாழ்ந்தவர்கள், தீண்டத்தக்கோர், தீண்டத்தகாதோர் என மனிதர்களைத் தரம்பிரிக்கும் யூஜெனிக்ஸ் தன்மைகள் வர்ணாஸ்ரம கோட்பாடு ரீதியாகவே இங்கு நிறுவப்பட்டுள்ளது.

இந்தியாவில் வாழும் பெரும்பான்மை மக்கள் குறிப்பாக இந்து மதத்தைப் பின்பற்றும் மக்களின் வாழ்வை நம்பிக்கைகளே நகர்த்திச் செல்கிறது. இந்த நம்பிக்கைகள் பெரும்பாலும் மதத்தோடு இணைக்கப்பட்டுள்ளது. இந்தியாவில் குழந்தை பெற்றுக் கொள்வது இந்து மத நம்பிக்கைகளோடு ஆழமான தொடர்புடையது. தலைச்சன் குழந்தை ஆணாகப் பிறக்க வேண்டும், நல்ல நேரம், நல்ல நாள் பார்த்து ஜோதிடர்கள் குறிக்கும் நேரத்தில் அறுவை சிகிச்சை மூலம் குழந்தை பெற்றுக் கொள்கிறார்கள். இதை ஆழ்ந்து யோசித்தால் இது நவீன கால யூஜெனிக்ஸ் கொள்கைதான். உண்மையில் யூஜெனிக்ஸ் கோட்பாட்டில் இனவாத கண்ணோட்டத்தை நீக்கிவிட்டுப் பார்த்தால் அதில் நல்ல விஷயங்கள்கூட இருக்கலாம். ஆனால் அது இந்தியாவில் எந்த வடிவத்திலும் நல்ல விஷயமாக இருக்க முடியாது. காரணம் ஒவ்வொரு இந்தியனின் வாழ்வையும் சாதியே தீர்மானிக்கிறது.

இந்தியாவிலும் ஆரியர் கோட்பாடுதான் செல்வாக்குச் செலுத்துகிறது. தேசிய இனங்களை ஒடுக்கவும், மொழி, மதச் சிறுபான்மை மக்களை ஒடுக்கும் பார்ப்பனீயம் உயிர்ப்போடு செயல்பட்டு வருகிறது. மேற்குலகில் 'ஆரியமயம்' செமிட்டிக் இன எதிர்ப்பை முதன்மையாக்கியது. இந்தியாவில் ஆரியமயமாதல்

முஸ்லீம், கிறிஸ்தவர் வெறுப்பு, இடதுசாரி, திராவிட எதிர்ப்பை முதன்மையாக்குகிறது.

இந்தியாவில் தூய்மைவாத கண்ணோட்டம் இயல்பாகவே சாதி ரீதியாகக் கட்டமைக்கப்பட்டுள்ளது. மேற்குலகில் நிற வேற்றுமைகளைவிட சாதி வேற்றுமைகள் கொடியது என்பதை அறிஞர்கள் பலர் சுட்டிக் காட்டியுள்ளனர். மனிதனை மனிதனாகவே ஏற்றுக் கொள்ளாத நடைமுறை சாதி. இந்தியா அதன் அடிப்படையில்தான் இயல்பாகவே இயற்கையாகவே பிளவுண்டிருக்கிறது. எந்தவொரு இந்துவின் வாழ்க்கைமுறையையும் பண்பாட்டு பழக்கவழக்கங்களையும் தீர்மானிப்பதில் சாதியின் பங்குதான் முதன்மையானது.

ஜெர்மனியில் 'வோல்கிசம்' உருவாக்கிய பாதை ஜெர்மன் குடிமக்களைத் தூயவர்கள் - தூய்மையற்றவர்கள் எனப் பிளவுபடுத்தியது. சாதியால் பிளவுபட்டிருக்கும் இந்திய சமூகங்களை 'இந்துத்துவம்' என்ற கருத்தியலால் இணைத்து முஸ்லீம், கிறிஸ்தவர்களுக்கு எதிராக நிறுத்துகிறது இந்திய ஆரியவாதம்.

முதலாம் உலகப்போருக்குப் பின்னர் நாஜி இயக்கம் ஜெர்மனியில் வலுவானது போல இந்தியாவிலும் அதே காலகட்டத்தில் இந்துத்துவம் தன்னை வலுப்படுத்திக் கொண்டது. சமூகத்தில் நிலவிய சாதி, மதக் குழப்பங்களைப் போலவே இந்திய சுதந்திரப்போரை முன்னெடுத்தவர்களுக்கும் தெளிவான ஒரு தேசியப் பார்வை இருக்கவில்லை. காங்கிரஸ் கட்சி மிதவாத இந்துத்துவ சக்திகளோடும், நேரு போன்ற முற்போக்கான தலைவர்களோடும் இருந்தது. ஆனால், காந்தியடிகள், நேரு போன்றோர் ஆர்.எஸ்.எஸ் இயக்கத்தின் மீது ஆதரவான பார்வையைக் கொண்டிருக்கவில்லை.

காங்கிரஸ் உறுப்பினர்கள் ஆர்.எஸ்.எஸ். அமைப்பில் இணையக்கூடாது என்றெல்லாம் கட்சி உத்தரவிட்டது. காந்தியாரை பயன்படுத்திக்கூட ஆர்.எஸ்.எஸ் வளர நினைத்தது. ஆர்.எஸ்.எஸ் முகாமுக்குச் சென்ற காந்தி அந்த அமைப்பை எப்போதும் பாராட்டியதில்லை.

பிரிட்டீஷாரிடம் இருந்து விடுதலை கோரிய இந்திய தேசியவாத இயக்கத்தில் பங்கேற்காமல் விலகி இருந்தவர்கள்தான் ஆர்.எஸ். எஸ் அமைப்பின் மூதாதையர்களான மூஞ்சே, ஹெட்கேவர், சாவர்க்கர் போன்றோர். அவர்களின் விடுதலை இந்து விடுதலை என்ற தனி பாதையாக இருந்தது. பிரிட்டீஷாரிடம் இருந்து

அதிகாரம் தங்கள் கைக்கு வரவேண்டும் என்பதே மராட்டிய பேஷ்வா பிராமணவர்களின் எண்ணமாக இருந்தது. இந்திய அரசியல் சாசனத்தின்படி ஆளப்படுவதை ஆர்.எஸ்.எஸ் அமைப்பின் நிறுவனர்கள் விரும்பவில்லை. பாசிசம், நாஜியிசம், இந்துத்துவம் இவை மூன்றும் சமகாலத்தில் எழுச்சி பெற்ற ஒன்றாகவும், இந்துத்துவம் தனக்குரிய அமைப்பு வலுவுக்கான எண்ணத்தைப் பாசிசம் மற்றும் நாஜியிசத்தில் இருந்து எடுத்துக் கொண்டதையும் வரலாற்று நிகழ்வுகள் நிச்சயமாக உறுதி செய்கிறது. இத்தாலியின் முசோலினியும், ஜெர்மனில் ஹிட்லரும் செல்வாக்கு பெற்ற அதே காலத்தில் இந்தியாவில் இந்துத்துவ சக்திகள் செல்வாக்கு பெற்றனர். ஆரியவாதமே ஹிட்லரையும் இவர்களையும் இணைக்கும் புள்ளியாக இருந்தது.

உலகம் முழுக்க ஆரியர் இனவாதத்தில் ஹிட்லர் மற்றும் நாஜிகளின் பார்வை வேறு, இந்திய ஆரியர்களின் பார்வை வேறு. நோர்ட்டிக் பிரதேசங்களில் இருந்தே ஆரியர்கள் உலகம் முழுக்கச் சிதறினார்கள் என்பது நாஜிகள் பார்வை. இந்தியாவே ஆரியர்களின் பூர்வ நிலம் என்பது இந்திய ஆரியர்களின் பார்வை.

பிராமணர் பார்வை

"இந்தியாதான் ஆரியர்களின் பிறப்பிடம். இங்கிருந்துதான் ஆசியா, அய்ரோப்பா முழுக்க ஆரியர்கள் இடம் பெயர்ந்து பரவினார்கள். இவர்களின் பூர்வ மொழி சமஸ்கிருதம். இந்தியா மற்றும் அய்ரோப்பாவில் பேசப்படும் இந்தோ-அய்ரோப்பிய மொழிகளை உருவாக்கியது இந்திய பிராமணர்களே" என்பதுதான் இந்தியாவில் உள்ள ஆரியர்களின் கருத்து. இதை நீண்ட காலமாகத் தொல்லியல் ஆய்வுகள் என்னும் பெயரிலும், கட்டுரைகள் வாயிலாகவும் தொடர்ச்சியாகப் பிரச்சாரம் செய்து வருகிறார்கள். இந்திய சமூகத்தில் சாதிப் பிளவுகள் ஆரியர்களை உயர்ந்தவர்கள், உடலுழைப்பில் ஈடுபடத் தேவையற்றவர்கள் என்கிறது. ஆரியர்களின் பூர்வீகம் இந்தியா என்பதை அறிவியல், தொல்லியல் ஆய்வுகள் மூலம் இதை நிரூபிக்க முடியாவிட்டாலும் தொடர்ச்சியாக அதிகாரத்தைப் பயன்படுத்திப் பரப்பி வருகிறார்கள். சமகாலத்தில் அது சர்வ அதிகாரத்தோடும் மேலெழுந்து வருகிறது.

ஹிட்லரின் பார்வை

நோர்டிக் நாடுகளே ஆரியர்களின் பூர்வீகம். அவர்களே உலகின் தூய்மையானவர்கள், மேன்மையானவர்கள். ஆயிரத்து 500 ஆண்டுகளுக்கு முன்பு அவர்கள் இடம்பெயர்ந்து இமயமலைப் பகுதிகளை அடைந்து அங்கிருந்து ஆசியா முழுக்க ஆரியர்கள் சிதறினார்கள். இப்படிச் சிதறிய ஆரியர்கள் மாசடைந்து விட்டார்கள் என்பதுதான் ஹிட்லரின் கருத்து. ஆரியர்களின் பூர்வீகம் இந்தியா என்ற கருத்தை ஹிட்லர் கடைசி வரை ஏற்றுக் கொள்ளவில்லை. இரண்டாம் உலகப்போரில் நாஜிகளின் அச்சு படைகளில் இந்தியர்களை இணைத்துக் கொண்ட போதும் அவர்களைக் கோமாளிகளாகவே கருதிய ஹிட்லர், இந்தியர்கள் ஆங்கிலேயர்களின் ஆதிக்கத்தின் கீழ் இருப்பது நல்லது என எழுதினார். ஹிட்லர் இந்தியாவில் உள்ள ஆரியர்களின் மீதோ இங்குள்ள மக்கள் மீதோ கடுகளவு மதிப்பைக் கூடக் கொண்டிருக்கவில்லை.

நாஜி ஹிட்லர் மீதும், பாசிஸ்ட் முசோலினி மீதும் நாட்டம் கொண்டிருந்த சனாதனிகள் இந்திய ஆரியர்கள் தொடர்பாக ஹிட்லர் கொண்டிருந்த பார்வையை மாற்ற முனைந்தனர். ஹிட்லரையும் தங்களையும் இணைக்கும் ஒரு புள்ளியாக இந்துத்துவ சக்திகள் பிரிட்டீஷ் எதிர்ப்பைக் கருதினார்கள். ஹிட்லரிடம் பேசும்போது பிரிட்டனை பொது எதிரியாக முன் வைத்துப் பேசியவர்கள் இந்தியாவுக்குள் முஸ்லீம்களை எதிரிகளாக வைத்து இந்து தேசியத்தைக் கட்டமைத்தனர். ஹிட்லர் இந்திய விடுதலைப் போராட்டம் தொடர்பாக எந்த விதமான நல்ல கருத்துகளையும் கொண்டிருக்கவில்லை. இந்தியர்களை இழிந்தவர்களாகக் கருதிய ஹிட்லர் இந்தியர்களின் சுதந்திர உணர்வையும் இழிவாகவே கருதினார். நேதாஜியை மிகுந்த தயக்கத்துடன் சந்தித்த ஹிட்லர் அவரது ஜப்பான் பயணத்துக்கு நீர்மூழ்கிக் கப்பலை கொடுத்து உதவிய போதும் நேரடியாக இந்திய விடுதலைக் கருத்தியலை ஹிட்லர் ஆதரிக்கவும் இல்லை. இந்தியர்களின் சுதந்திர எண்ணத்தை அங்கீகரிக்கவும் இல்லை.

ஆனால் வெறுப்பு தேசியவாதம் ஜெர்மன் நாஜிகளையும் இந்திய இந்துத்துவ சக்திகளையும் ஒன்றிணைத்தது. இரண்டாம் உலகப்போருக்கு முன்னர் ஆர்.எஸ்.எஸ். தலைவர்கள் ஹிட்லர் மற்றும் பெனிட்டோ முசோலினியை போற்றினர். கோல்வால்கர் ஹிட்லரின் இனத்தூய்மை சித்தாந்தங்களை எல்லாம் வியந்தார். ஆனால், இரண்டாம் உலகப்போரின்போது ஆர்.எஸ்.எஸ் மற்றும்

இந்துத்துவ தலைவர்கள் அவர்கள் நேசித்த ஹிட்லரின் அச்சுநாடுகளை ஆதரிக்கவில்லை. ஹிட்லரின் எதிரிகளான பிரிட்டீஷாருக்கு ஆதரவாகவே நின்றனர்.

இந்து மகாசபை நிறுவனரான பாலகிருஷ்ண சிவராம் மூஞ்சே 1930ஆம் ஆண்டு வட்டமேஜை மாநாட்டிற்காக இங்கிலாந்து சென்றுவிட்டு அங்கிருந்து இத்தாலி சென்று முசோலினியைச் சந்தித்து வந்தார். அதன் பின்னர் தொடர்ச்சியாக ஹிட்லர், முசோலினியின் ஆரிய இனவாதத்தையும், தூய ஆரியர்களை உற்பத்தி செய்வதையும் வியந்து தொடர்ச்சியாக எழுதிவந்தனர். மூஞ்சேவுக்குப் பின்னர் செண்பகராமன் பிள்ளை, ஜி.டி. நாயுடு, நேதாஜி போன்றோர்கூட ஹிட்லரின் இந்தியர்கள் பற்றிய ஆரியர்கள் பற்றியக் கருத்தை மாற்ற முயன்றனர்

நாஜிகளின் மாதிரியைக் கொண்டுதான் ஆர்.எஸ்.எஸ் அமைப்பு உருவாக்கப்பட்டது. இந்துத்துவ சித்தாந்தம் நாஜிகளின் ஜெர்மன் எழுச்சிக்குப் பின்னரே இந்தியாவில் பலம் அடையத் துவங்கியது. இந்தியாவில் சாதிப் பிளவுகளை மறைத்து இந்துக்களை ஒருங்கிணைக்க சர்வாதிகாரம் அவசியம் என்ற நோக்கத்தில்தான் ஆர்.எஸ்.எஸ். அமைப்பின் மூதாதையர் ஹிட்லரைச் சந்தித்தார்கள்

1925ஆம் ஆண்டு செப்டம்பர் 25ஆம் நாள் ஒரு விஜயதசமி நாளில் ஆர்.எஸ்.எஸ் அமைப்பை உருவாக்கிய போது ‘இந்துயிசமே எங்கள் தேசியவாதம்’ என்றது அந்த அமைப்பு. காந்தியார் வெள்ளையர் எதிர்ப்பை முன்வைத்த போது ஆர்.எஸ்.எஸ். முஸ்லீம் எதிர்ப்பை முதன்மையாக்கியது. அந்த இயக்க கட்டமைப்பின் பின்னணியில் முசோலினியின் நிழல் இருந்தது.

ஆர்.எஸ்.எஸ் அமைப்பை நாக்பூரில் நிறுவியபோது அதில் இளையோரை வயது வாரியாகப் பிரித்து முசோலினியின் ‘பலில்லா’ இயக்க முன்மாதிரியைக் கொண்டே உருவாக்கினார்கள். பலில்லா இயக்கம் என்பது இத்தாலியில் முசோலினியால் 1926ஆம் ஆண்டு துவங்கப்பட்ட பாசிச இளைஞர் அமைப்பாகும். பாசிஸ்ட் கட்சியின் இளைஞர் அமைப்பாகச் செயல்பட்டது. ஆஸ்திரிய வாரிசுப் போரில் நகரத்தை ஆக்கிரமித்த ஹப்ஸ்பர்க் படைகளுக்கு எதிராக 1746ஆம் ஆண்டு கிளர்ச்சியைத் தொடங்கிய ஜெனோயிஸ் சிறுவனான ஜியோவன் பாட்டிஸ்டா பெராஸ்சோவின் புனைப்பெயரான பாலில்லாவிலிருந்து இந்த இயக்கம் அதன் பெயரைப் பெற்றது.

ஹிட்லரின் இளைஞர் இயக்கமோ 1922ஆம் ஆண்டே நாஜிக் கட்சியின் இளைஞர் பிரிவாகத் துவங்கப்பட்டு 1936 முதல் 1945 வரை, ஜெர்மனியின் ஒரே அதிகாரப்பூர்வ சிறுவர் இளைஞர் அமைப்பாக இது இருந்தது. துணை ராணுவப்படையாகவும் மாறியது. முசோலினியின் பாதுகாப்பு அதிகாரிகளும், ஹிட்லரின் பாதுகாப்பு அதிகாரிகளும் பழுப்பு நிற ஆடையை அணிந்ததால் இவர்கள் 'பிரவுன் ஷர்ட்ஸ்' என்றுதான் முதலில் அழைக்கப்பட்டனர். பின்னர் இந்தப் படைகள்தான் எஸ்.எஸ் என்ற ஜெர்மனின் மிகப் பிரதான படைகளாக மாறின. ஈவிர்க்கமற்ற கொலைகளைச் செய்து முடிப்பதிலும், இறுதி தீர்வின்போது கூட்டம் கூட்டமாக விஷ வாயு செலுத்தி மக்களைக் கொன்று குவித்ததிலும் இவர்கள் பங்குதான் முக்கியமானது.

ஆர்.எஸ்.எஸ். அமைப்பினரும் அடர் பழுப்பு நிற கால்சட்டைகளையே அணிந்தனர். 2016ஆம் ஆண்டு ஆர்.எஸ்.எஸ். சீருடையில் மாற்றம் கொண்டுவரப்பட்டது.

நாஜிகளின் தந்தையர் தேசமும் இந்துத்துவர்களின் தந்தையர் தேசமும்

தன் இளம் வயதிலேயே தந்தையர் நிலமாக ஹிட்லர் ஜெர்மனைப் பார்த்தார். நாஜிகளுக்கு முந்தைய ஜெர்மன் இனவாதிகளும் ஜெர்மனை தந்தையர் நாடாகவே பார்த்தனர். தந்தையர் கட்சியையும் நடத்தினார்கள். நாஜிகளின் அன்றைய வரலாற்றில் புகழ்பெற்ற உணர்ச்சிமிக்கச் சொல்லாக இருந்தது தந்தையர் நிலம் அல்லது தந்தையர் தேசம்.

இந்துக்களின் தேசம் பற்றி விரிவான விளக்கங்களை முதன் முதலில் முன்வைத்த சாவர்க்கர், இந்தியாவை தந்தையர் பூமி என விளக்கினார். இந்துக்களின் இந்த மண்ணை தந்தை பூமியாகவும், புண்ணிய பூமியாகவும் கருதும் எவர் ஒருவரையும் இந்து என வரையறுத்தார். 'இந்து' என்ற சொல் ஒரு மத அடையாளமாக அல்லாமல், ஒரு கலாச்சார அடையாளமாக முன்வைக்கப்படுகிறது. இந்துத்துவத்தை ஒரு வாழ்க்கைமுறை என இந்துத்துவ சக்திகள் பாபர் மசூதி இடிப்பிற்குப் பின்னர் சொல்லி வருகிறார்கள். இந்தக் கலாச்சார, வாழ்க்கைமுறையை இந்தியாவில் வாழும் அனைத்து மக்களுக்குமான அமில சோதனையாக முன்வைத்தும் வருகிறார்கள். இந்தப் பரிசோதனையில் வெல்வது முஸ்லீம்கள், கிறிஸ்தவர்களின் கடமை.

ஜெர்மன் தேசியவாதத்தில் செமிட்டிக் எதிர்ப்புப் பரவலாக முன் வைக்கப்பட்டது அரசியல் களத்தில் யூதர்களை இழிவு செய்யப் பல வெறுப்பு வார்த்தைகளை நாஜிகள் பயன்படுத்தினார்கள். பல நேரங்களில் மலத்தோடும், அழுக்கோடும் யூத மக்கள் ஒப்பீடு செய்யப்பட்டனர். யூதர்களால் ஜெர்மன் சமூகம் கொந்தளித்துக் கொண்டிருக்கிறது என்ற பொருளில் '*ferment of social*' என்ற பதத்தை ஹிட்லர் அடிக்கடி பயன்படுத்தினார். யூத இனம் ஒரு வைரஸ் தொற்று, நச்சுக்கிருமி, ஒட்டுண்ணிகள் என்றார். உச்சமாக யூதர்களை 'யூத பாக்டீரியா' என அழைத்தார். இன்னும் எண்ணிலடங்கா வெறுப்பு வார்த்தைகள் யூதர்கள் மீதும் கருப்பர்கள், ஜிப்சிகள், ஓரினச்சேர்க்கையாளர்கள் மீதும் கொட்டப்பட்டது.

இந்தியாவில் வெறுப்பு வார்தைகளுக்கு நீண்ட மரபு உள்ளது. மிலேச்சர்கள் (Mleccha) என்ற சமஸ்கிருத சொல்லுக்குப் பண்படாத மக்கள் என்று பொருள். இந்தியாவிற்கு வெளியில் இருந்து வந்தவர்களைக் குறிக்க இந்தச் சொல் நீண்ட காலமாகப் பயன்படுத்தப்பட்டு வந்தது. வியாசரின் மகாபாரத காவியத்தில் மிலேச்ச மக்கள் என்ற வார்த்தை பல இடங்களில் குறிப்பிடப்படுகிறது. தூய்மையற்றவர்கள் என்ற பொருளிலும் வசவுச் சொல்லாகவும் வியாசரால் அது பயன்படுத்தப்பட்டுள்ளது.

இந்தியாவின் சில பகுதிகளை ஆட்சி செய்த மன்னர்களையும் மிலேச்சர்கள் என்று குறிப்பிடுகிறது. வேத தர்மங்களைப் பின்பற்றாத பாரசீகர்கள், கிரேக்கர்கள், ரோமானியர்கள், அராபியர்கள், சீனர்கள், போர்ச்சுக்கீசியர்கள், பிரிட்டீஷார் எனக் காலத்திற்கு ஏற்ப இவர்கள் அனைவரையுமே மிலேச்சர்கள் என்றுதான் இந்துத்துவ சக்திகள் அழைத்தார்கள். மிலேச்சர்கள் என்ற சொல்லுக்கு உண்மையான அர்த்தம் தூய்மையற்றவர்கள் என்பதுதான். மாமிசம் உண்ணும் தூய்மையற்றவர்கள் என்பதுதான். வர்ணாஸ்சர தர்மத்துக்குக் கட்டுப்படாத அதை ஏற்றுக் கொள்ளாத அனைவரையுமே மிலேச்சர்கள் என்றுதான் இந்துத்துவ அமைப்பினர் கருதுகிறார்கள். மிலேச்சர்கள், யவனபாம்புகள், அசுத்தமானவர்கள், ரொட்டிக்கு மதம் மாறியவர்கள், என்பதெல்லாம் நீண்டகாலமாகப் பரப்பப்படும் அவதூறு சொற்கள். கொரோனா பெருந்தொற்று இந்தியாவில் பரவியபோது 'கொரோனா ஜிஹாத்' மற்றும் 'முஸ்லிம் வைரஸ்' என்றெல்லாம் பரப்பியதை நாம் நினைவுபடுத்திப் பார்க்க வேண்டும்.

ஆரியமயமாதலும், வெறுப்பு வார்த்தைகளும், இந்துத்துவ அமைப்புகளின் கட்டமைப்பும் நாஜி அமைப்புகளில் இருந்தும்

சிந்தனை முறைகளில் இருந்தும் வேறுபடவில்லை. ஆர்.எஸ்.எஸ். தலைவராக மோகன்பகவத் இருக்கிறார். ஆனால், அந்த அமைப்பு ஒரு ரகசிய ராணுவ அமைப்பு. அதன் உறுப்பினர்களை நீங்கள் சட்ட ரீதியாக அடையாளம் காண முடியாது. அவர்களுக்கென்று உறுப்பினர் அட்டையோ, அமைப்பு அடையாளமோ இருக்காது. கொரோனா பெருந்தொற்றையொட்டிப் பரப்பப்பட்ட வெறுப்பு வார்த்தைகள் சர்வதேச அளவில் குறிப்பாக அரபு நாடுகளில் பெரும் எதிர்ப்பாக வெடித்த பின்னர் பிரதமர் மோடி கொரோனா பெருந்தொற்று இனம், மதம், சாதி, மொழி அல்லது எல்லைகளைப் பார்க்காது என்று ட்விட் செய்யும் அளவுக்கு வெறுப்பு சிக்கலை ஏற்படுத்தியது.

இந்தியாவில் ஆரியர் என்றோ பிராமணர் என்றோ ஜெர்மனில் நாஜிகள் மக்களை அணி திரட்டியது போலச் செய்ய முடியாது. எனவே சாதிப் பிளவுகளைச் சாதுர்யமாக மறைத்துவிட்டு இந்து என ஒருங்கிணைப்பதில் பெரும் வெற்றி பெற்றிருக்கிறார்கள். மக்களை ஒருங்கிணைக்க இந்தி மொழியையும், புனித மொழியாக சமஸ்கிருதத்தையும் ஏற்றிப் போற்றுகிறார்கள்.

ஜெர்மனி யாருக்குச் சொந்தம்? இந்த உலகில் உயர்ந்த இனம் எது என்ற கேள்வி நாஜிகளை உற்பத்தி செய்தது. இந்தியாவில் நாங்களே உயர்ந்த சாதி என்ற பதில் இந்துத்துவத்தை உற்பத்தி செய்தது. இந்துத்துவத்தின் நலன் உயர்சாதியினரின் நலன்களிலேயே இன்றும் அடங்கியிருக்கிறது.

130 கோடி மக்கள் தொகையைக் கொண்ட இந்தியாவில் இந்து என்ற அடிப்படையில் பெரும்பான்மை மக்களை ஒருங்கிணைப்பதில் ஆர். எஸ்.எஸ் இயக்கம் பெரும் வெற்றி கண்டிருக்கிறது.

மத ரீதியான தேசியத்தை ஆரம்ப நாட்களிலேயே ஆரிய சமாஜம், இந்து மகாசபை போன்ற அமைப்புகள் உருவாக்கின. இந்து மகாசபை, ஆர்.எஸ்.எஸ். போன்ற அமைப்புகளின் முன்மாதிரிகள் நாஜிகளைப் பின்பற்றி இருந்ததைப் பல அறிஞர்களும் சுட்டிக்காட்டியுள்ளனர். இவர்கள் சுதந்திரத்திற்கு முன்னரும் பின்னரும் முஸ்லீம்களுக்கு எதிரான பொது உளவியலை கட்டமைப்பதில் கணிசமான அளவு வென்றும் காட்டியிருக்கிறார்கள்.

2014ஆம் ஆண்டுக்குப் பின்னர் அது இன்னும் பேரெழுச்சி பெற்றுள்ளது. இந்து தேசியவாதம் அரசின் ஒரு அலகாக வெற்றிகரமாக இந்தியாவில் நிர்மாணிக்கப்பட்டு விட்டது.

பாபர் மசூதி இடிப்பின் பின்னரும், குஜராத் கலவரங்களுக்குப் பின்னர் சமூகத்தில் உருவாக்கப்பட்ட பிளவும் அது கொடுத்த தேர்தல் வெற்றிகளில் இருந்தும் பல முன்மாதிரிகளை உருவாக்கியுள்ளார்கள். பரந்துபட்ட அளவில் கலவரங்களை நடத்துவதற்குப் பதிலாக உள்ளூர் அளவில் கலவரங்களை உருவாக்கி சமூகத்தைப் பதற்றப்படுத்தி வெல்வது அவர்களின் வெற்றி சூத்திரமாக இருக்கிறது.

ஆர்.எஸ்.எஸ். அமைப்பின் வெகுசன அமைப்பான பாரதிய ஜனதா கட்சி. இந்துத்துவத்தை செயல்படுத்தும் விதம் இன்று வேறுபட்டதாக இருக்கிறது.

உத்தரபிரதேசத்தில் பேசும் அதே இந்துத்துவத்தை குஜராத்தில் பேசுவதில்லை. குஜராத்தில் பேசுவதை தமிழ்நாட்டில் பேசுவதில்லை, தமிழ்நாட்டில் பேசுவதை வடகிழக்கில் பேசுவதில்லை. அத்வானி கால இந்துத்துவத்திற்கும் மோடி கால இந்து தேசியவாதத்திற்கும் இடையிலான வேறுபாடு இதுவே.

2014ஆம் ஆண்டுக்குப் பின்னர் ஒரே நாடு ஒரே ரேஷன், ஒரே நாடு ஒரே தேர்தல், ஒரே நாடு ஒரே வரி, ஒரே நாடு ஒரே உரம், ஒரே நாடு ஒரே அட்டை, ஒரே நாடு ஒரே கல்வி, ஒரே நாடு ஒரே போலீஸ், ஒரே நாடு ஒரே பொதுசிவில் சட்டம், என அத்தனை அதிகாரமும் டெல்லி அதிகாரமாகக் குவிக்கப்படுகிறது.

இன்னொரு பக்கம் அத்தனை அரசின் அலகுகளும் பாஜக மயமாகிறது. தேர்தல் கமிஷன், அமலாக்கத்துறை, நீதித்துறை, விசாரணை அமைப்புகள் என அனைத்திலும் ஒரு குறிப்பிட்ட கட்சியின் செல்வாக்கும், அவை ஒரு சித்தாந்தத்தை நோக்கி நகர்வதாகவும் பொதுவெளியில் விமர்சனங்கள் முன்வைக்கப்படுகிறது.

பாஜகவின் ஆட்சி ஒற்றை அதிகாரத்தை நோக்கி நகரும் நிலையில் இந்துத்துவ அமைப்புகள் உருவாக்கும் பதற்றத்தின் அடிப்படையில் பாஜக ஆளும் மாநிலங்கள் பல சட்டங்களை உருவாக்கி வருகிறது. இந்தியாவில் முஸ்லீம்களைவிட இந்து பிற்படுத்தப்பட்ட, பட்டியல் சாதி இந்துக்களே அதிக அளவில் மாட்டுக்கறி சாப்பிடும் நிலையில், மாட்டுக்கறியின் பெயரால் முஸ்லீம்கள் தாக்கப்படுகிறார்கள் கொல்லப்படுகிறார்கள். அதனையொட்டி 'பசு வதை தடைச் சட்டத்தை' அமல்படுத்தி வருகிறது. முஸ்லீம்கள் மற்றும் கிறிஸ்தவர்களைக் கட்டுப்படுத்தும் நோக்கில் 'மதமாற்றத் தடைச் சட்டம்' கொண்டுவரப்பட்டுள்ளது. 'லவ் ஜிகாத் தடைச் சட்டம்' கொண்டுவரப்பட்டுள்ளது. இந்தியா சுதந்திரம் பெற்ற பின்னர்

அரசியல் சட்ட பாதுகாப்பைப் பெற்ற சிறுபான்மை மக்களுக்கு சட்ட ரீதியான பாதுகாப்பு கேள்விக்குள்ளாகிவிட்டது.

நாஜி ஜெர்மனியில் ஹிட்லர், யூதர்களுக்கும் அரசுக்கும் இடையில் இருந்த தொடர்பு அறுத்து விடப்பட்டது போல, இந்தியாவிலும் சிறுபான்மை மக்களுக்கு ஒரு வாய்ப்பை அவர்கள் வழங்குகிறார்கள். தாய் மதம் திரும்பும் 'கர்வாப்சி' வாய்ப்பைப் பயன்படுத்தி தாய் மதம் திரும்பி இந்தியனாக இருக்க வேண்டும். அல்லது அந்நியர்களாக நீக்கம் செய்யப்படுவார்கள் என்ற அச்சம் உருவாக்கப்பட்டு விட்டது.

வரலாற்றை திருத்தி எழுதுதல்

ஆரியர் வருகைக்கு முன்னரே நாகரீகம் அடைந்த மக்கள் கூட்டம் இங்கு வாழ்ந்ததை சிந்துவெளி ஆய்வுகளும், கீழடி ஆய்வுகளும் நிரூபிக்கின்றன. ஆனால், ஒன்றிய அரசோ சரஸ்வதி நாகரீகத்தை ஆய்வு செய்ய நிதி ஒதுக்குகிறது. சிந்து நதி பாகிஸ்தானில் ஓடுகிறது அதன் வளமான பகுதிகளில்தான் சிந்துவெளி நாகரீகம் செழித்திருந்தது. இப்போது அது பாகிஸ்தான் ஆகிவிட்டதால் இவர்கள் 'சரஸ்வதி ஆற்று நாகரீகம்' என்று அதைக் கண்டுபிடிக்க நிதி ஒதுக்குகிறார்கள்.

புதிய புதிய ஆய்வுகளும் உரைகளும் சமஸ்கிருதமும், பிராமணர்களும் உயர்ந்தவர்கள். இந்தியாவில் உள்ள திரிந்துபோன மரபணுக்களில் உயர்ந்தவர்கள் பிராமணர்கள் என்ற கருத்து இப்போது திணிக்கப்படுகிறது. கடந்த ஆண்டு குஜராத்தில் நடந்த 'பிராமண வணிக உச்சி மாநாட்டில்' பேசிய குஜராத் சட்டப்பேரவை சபாநாயகர் ராஜேந்திர திரிவேதி 'பிராமணர்கள் பிற சாதி மதங்களைச் சேர்ந்தவர்களைவிட மரபணு ரீதியாக உயர்ந்தவர்கள். அவர்கள் ஒன்பது நோபல் பரிசுகளை வென்றுள்ளார்கள்' எனப் பேசினார்.

ஒன்றிய அரசின் பல்வேறு நிறுவனங்களைச் சேர்ந்த அறிஞர்கள் பிராமணர்களின் மரபணு பற்றியும், சமஸ்கிருதத்தின் புனிதத்துவம் பற்றியும் கட்டுரைகளை எழுதித் தள்ளுகிறார்கள். 2019ஆம் ஆண்டு ஒன்றிய மனிதவள மேம்பாட்டுத்துறை சமஸ்கிருத பல்கலைக்கழக மசோதாவை தாக்கல் செய்தது. இந்தியாவில் இயங்கி வரும் மூன்று சமஸ்கிருத பல்கலைக்கழகங்களையும் ஒன்றிய அரசின் பல்கலைக்கழகமாக மாற்றுவதோடு மேலும் சமஸ்கிருத பல்கலைக்கழகங்களை விரிவுபடுத்துவதும் இதன் நோக்கமாகும். இந்தியாவில் 1970ஆம் ஆண்டிலேயே அப்போதைய காங்கிரஸ்

அரசால் உருவாக்கப்பட்டதுதான் ராஷ்ட்ரிய சமஸ்கிருத சன்ஸ்தான். ராஷ்டிரிய சமஸ்கிருத வித்யா பீடம் 1961ல் உருவானது.

இந்திய வேற்றுமையில் முதன்மையானது மொழியும்கூட ஆனால் இந்திக்கும் சமஸ்கிருதத்துக்கும் கொடுக்கும் முக்கியத்துவம் வேறு மொழிகளுக்கு இல்லை. இந்தியாவில் சமஸ்கிருத மொழி பேசுவோரின் எண்ணிக்கை தோராயமாக 24 ஆயிரத்து 821 பேர். சமூக உற்பத்தியில் எவ்வித பங்கும் இல்லாத சமஸ்கிருதத்திற்கு 643.84 கோடி ரூபாயை ஒதுக்கியுள்ளது. இது வெறும் மூன்றே ஆண்டுகளில். ஆனால் தமிழ், தெலுங்கு, மலையாளம், கன்னடம், ஒடிஸா மொழிகளுக்கு மொத்தமாக ஒதுக்கியதே 29 கோடி. சமூக உற்பத்தி மொழியாக இருக்கும் இம்மொழிகளைவிட இறந்துபோன மொழியான சமஸ்கிருதத்துக்கு 22 சதவீதம் அதிக நிதியை ஒதுக்கியது ஒன்றிய அரசு.

மரபணு சோதனை

இந்தியாவில் தூய்மையானவர்கள் பிராமணர்களே என்பதை சிந்தாந்த ரீதியாக நிரூபித்ததுதான் வர்ணாஸ்ரம தர்மம். பிரான்சிஸ் கால்டன் வெள்ளை ஒழுக்கத்தை உயர்ந்தது என நிறுவ யூஜெனிக்ஸ் என்ற போலி அறிவியல் கோட்பாட்டை நிறுவினார். அது இருபதாம் நூற்றாண்டிலேயே தோல்வியடைந்தது. ஆனால், பிராமணர்களே உயர்ந்தவர்கள் என்பதை நிரூபிக்க எழுதப்பட்ட வர்ணாஸ்ரமக் கோட்பாடு இன்னும் இந்தியாவில் நடைமுறையில் இருப்பதைச் சாதியும் அது உருவாக்கும் சமூகப் பண்பாடும் எடுத்துக் காட்டுகிறது.

இப்போது இந்துத்துவம் பெருவாரியான பிராமணரல்லாத மக்களை அடியாட்களாகப் பயன்படுத்துவதில் வெற்றி பெற்றுவிட்ட நிலையில் உயர்ந்தவர்கள் பிராமணர்களே என்பதை மரபணு ரீதியாக நிரூபிக்க வேண்டி நிற்கிறது. அதை ஒரே இந்தியா ஒரே மரபணு எனச் சொல்லாமல் செய்துவிட அறிவியலையும் பயன்படுத்த முயல்கிறார்கள்.

இந்தியாவில் இனங்களின் தூய்மை பற்றி விவாதங்கள் முன்னெழுந்து வருகிறது. தூய்மையான மரபணு கொண்டவர்கள் ஆரியர்களே என்ற எண்ணம் சாதி ரீதியாக நிறுவப்பட்டுள்ளது. அதை யூஜெனிக்ஸ் அடிப்படையில் நிறுவுவதன் நோக்கமே மரபணு பரிசோதனை. “இந்தியாவில் இனங்களின் தூய்மையைக் கண்டறிய மரபணு சோதனைக்காக இந்திய கலாச்சார அமைச்சகம் 10 கோடி ரூபாயை

ஒதுக்கியுள்ளது. இது மே மாதம் 2022ஆம் ஆண்டு அறிவிக்கப்பட்டது. அமைச்சக செயலாளர் கோவிந்த் மோகன், தொல்பொருள் ஆய்வாளர் எஸ். ஷிண்டே ஆகியோர் ஆரியர்கள் இடம் பெயர்ந்து இந்த நிலப்பகுதிக்குள் வந்தவர்கள் என்ற கருத்தை நிராகரிக்கிறவர்கள். 'ஒரே இந்து ஒரே மரபணு' என்ற ஒற்றை இலக்கை நோக்கி வரலாற்றை நகர்த்தும் வேலைகளைச் செய்கிறார்கள். கடந்த பத்தாயிரம் ஆண்டுகளில் இந்திய மக்கள் தொகையில் மரபணுக்களில் பிறழ்வு மற்றும் கலப்பு ஏற்பட்டுள்ளது" என்பதுதான் இவர்களின் கருத்து. இந்தக் கலப்பின் உண்மைத் தன்மையைக் கண்டறிவதே ஆய்வின் நோக்கம்.

இந்தியாவில் வாழ்ந்த அனைத்து மக்களுக்கும் ஒரு மரபணு இருந்தது போன்றும் அது இந்து மரபணு என்றும் கற்பிக்கிறார்கள்.

"கடந்த 12 ஆயிரம் ஆண்டுகளில் தெற்காசிய மக்களில் எந்த மரபணு மாற்றங்களும் நடைபெறவில்லை என்பதற்கான தொல்பொருள், மரபியல் சான்றுகள் எங்களிடம் உள்ளன. ஆரியர்கள் படையெடுத்திருந்தால் அவர்களின் மரபணு வேறுபட்டிருக்கும் அது நடக்கவில்லை. மேற்கு வங்கம் மற்றும் ஜம்மு காஷ்மீர் அந்தமான் வரையிலான தென்னாசிய மக்கள் ஒரே வம்சாவளியைச் சேர்ந்தவர்கள்" என புனே உழைக்கும் பத்திரிகையாளர் சங்கம் ஏற்பாடு செய்திருந்த அமர்வில் ஷிண்டே கூறினார்.

ஷிண்டேவின் கருத்துதான் ஆர்.எஸ்.எஸ். தலைவர் மோகன் பகவத்தின் கருத்தும் 19-12-2021 அன்று ஹிமாச்சலப் பிரதேச தர்மசாலாவில் நடந்த கூட்டம் ஒன்றில் பேசிய மோகன் பகவத் "40,000 ஆண்டுகளுக்கும் மேலாக, இந்தியாவில் உள்ள அனைத்து மக்களின் டிஎன்ஏ வும் ஒரே மாதிரியாக உள்ளது" என்று பேசினார்.

திபெத்தியர்களின் நாடுகடந்த திபெத் அரசு அமைந்துள்ள இடம் தர்மசாலாதான். ஹிட்லர் ஆரியர்களின் வேர்களைத் தேடி ஆசியாவுக்கு வந்தபோது பௌத்தத்தைப் பின்பற்றும் திபெத்தியர்களையும் நாஜி விஞ்ஞானிகள் பூர்வ ஆரியர்களைக் கண்டுபிடிக்க ஆய்வு செய்தார்கள்.

இனங்கள் என்பதே ஒன்றோடு ஒன்று கலப்பதுதான். ஆனால் இந்தியாவில் தூய்மையான மரபணு ஒரே மாதிரி இருப்பதாகக் கூறுகிறார் மோகன்பகவத். மேன்மை மற்றும் உயர்ந்தது தூய்மையானது என்ற வருணக் கருத்தியல் ஆரியத்தையே உயர்வானது என்கிறது.

உலகெங்கிலும் உள்ள மானுடவியலாளர்கள் ஆப்ரிக்காவிலிருந்து நடந்த இடப்பெயர்வை அடிப்படையாக வைத்தே மனிதகுல ஆய்வை அணுகுவார்கள். நாஜிகள் இனரீதியாக அணுகினார்கள் இவர்கள் மதம் என்ற போர்வைக்குள் சாதி என்ற போர்வைக்குள் ஆரியமயமாதலையே இந்தியா என நிறுவும் முயற்சியில் உள்ளார்கள்.

ஜெர்மன் நாஜிகளில் இருந்து ராணுவக் கட்டமைப்பை இந்துத்துவ சக்திகள் எடுத்துக் கொள்கிறார்கள். ஆனால், ஹிட்லர் எடுத்துக் கொண்டது 'ஸ்வஸ்திகா' எனும் சின்னத்தை.

நல்வாழ்வு, அதிஷ்டம், உயர்ந்த சக்தியையும் கொண்ட 'ஸ்வஸ்திகா' ஆரியர்களின் இனக்குழு சின்னமாக இந்தியா உள்ளிட்ட தென் ஆசிய நாடுகளில் நினைவு கூறப்படுகிறது. 20ஆம் நூற்றாண்டில் ஜெர்மன் வலதுசாரிகளால் 'ஸ்வஸ்திகா' தங்களின் பூர்வ சின்னமாக ஏற்றுக் கொள்ளப்பட்டது. ஜெர்மன் ரத்தத்துடன் தொடர்புடைய ஆரிய வம்சத்தின் அடையாளமாக நாஜிகள் ஸ்வஸ்திகாவை பயன்படுத்தினார்கள்.

ஆரியர்கள் பூர்வீகத்தை இந்தியாவில் தேடிய ஹிட்லர்!

1933ஆம் ஆண்டு ஏப்ரல் மாதம் 1ஆம் தேதி ஆட்சிக்கு வந்த ஹிட்லர் மூன்று மாதங்களுக்குள் யூதர்களை ஜெர்மன் அரசிடம் இருந்து விலக்கி வைக்கும் சட்டம் உட்பட சுமார் 400 சட்டங்களை இயற்றி யூதர்கள் உள்ளிட்ட பாலின, மத, இன சிறுபான்மை மக்களை ஜெர்மன் பொதுச் சமூகத்தில் இருந்து தனிமைப்படுத்தினார். முகாம்களில் யூத மக்களின் எண்ணிக்கையைக் குறைக்கும் வகையில் கொலைகள் நடந்தேறிக் கொண்டிருந்தபோது, தனது மூன்றாவது ஜெர்மன் ரீச்சை அகண்ட ஜெர்மன் அரசாக விரிவாக்கம் செய்வதற்கான பணிகளைத் துவங்கினார்.

1938ஆம் ஆண்டு ஜெர்மன் துருப்புகள் ஆஸ்திரியாவை ஆக்கிரமித்து ஜெர்மன் அரசோடு இணைத்துக் கொண்டனர். ஜெர்மன் ரீச் கிரேட்டர் ஜெர்மன் ரீச்சாக மாறி வரைபடங்களிலும் மாற்றம் பெற்றது. முதலாம் உலகப்போரின் முடிவின் பின்னர் உருவான வெர்சாய்ஸ் ஒப்பந்தத்தையும் நாஜி ஜெர்மனி மீறியது.

யூஜெனிக்ஸ் போலி அறிவியல் கோட்பாட்டின்படி 1935ஆம் ஆண்டு ஆரிய இனத்தை உருவாக்கும் லெபன்ஸ்பார்ன் திட்டத்தை விரிவாக்கவும், ஆரியர்களின் பூர்வீக வேர்களைத் தேடி அகண்ட

ஜெர்மன் கனவை முழுமையடையச் செய்யவும் ஹிட்லர் முடிவு செய்தார்.

அந்த வகையில்தான் தென்கிழக்காசிய ஆரியர்கள் மீது கவனம் கொண்டார் ஹிட்லர். ஆனால் எப்போதுமே தென் ஆசியாவில் வர்ணாஸ்ரமத்தை கடைபிடிப்போராகவும், பௌத்தத்தை பின்பற்றுவோராகவும் இருந்த ஆரியர்கள் தொடர்பான உறுத்தல் ஹிட்லருக்கு இருந்து வந்தது. நோர்டிக் நாடுகளைச் சேர்ந்த பூர்வ ஆரியர்கள் 1500 ஆண்டுகளுக்கு முன்பு வடக்கு அய்ரோப்பிய பகுதிகளில் இருந்து இந்தியாவுக்குள் இடம் பெயர்ந்தனர். ஏற்கனவே இங்கு வாழ்ந்த பிற இன மக்களுடன் கலந்து ஆரியர்கள் கறைபடிந்த மக்களாக மாறினார்கள். இந்த உலகில் உயர்ந்த பண்பு கொண்ட ஆரியர்கள் தங்களின் தனித்துவமான உயர் குணத்தை இழந்து இந்தியாவில் வாழ்கிறார்கள் என்பதுதான் ஹிட்லரின் மறுக்க முடியாத கருத்து. பொன்னிற முடிகளும், நீல நிறக் கண்களும் அவர்களுக்கு இல்லையே தவிர ஆரிய இனத்தின் பூர்வ இனம் குறித்த ஹிட்லரின் தேடலில் இந்தியா உள்ளிட்ட நாடுகளில் வாழும் ஆரியர்களைத் தவிர்த்துவிட்டு பூர்வ இனத்தை உருவாக்க முடியாது என நம்பினார் ஹிட்லர்.

ஹிட்லரின் நம்பிக்கைக்குரிய விசுவாசியும், யூத அழிப்பின் முக்கியக் கூட்டாளியுமான ஹென்ரிச் ஹிம்லர் தலைமையில் ஐந்து பேர் கொண்ட விஞ்ஞானிகள் குழுவை திபெத் பகுதிகளுக்கு அனுப்பி வைத்தார். ஆரிய இனத்தின் தோற்றம் பற்றியும் பூர்வ ஆரியர் உருவாக்கத்திற்கும் திபெத் உள்ளிட்ட ஆசிய பகுதிகளில் ஆய்வு செய்வது முக்கியம் என்பதால் அந்தக் குழு திபெத், இந்தியா, இலங்கைக்கு அனுப்பப்பட்டது.

ஹிட்லருக்கு ஆசிய ஆரியர் மீதோ, இந்தியாவில் வாழ்ந்த ஆரியர்கள் மீதோ நல்லெண்ணம் இல்லை. குறிப்பாக அவர்களை மாசுபட்டவர்களாகக் கருதினார். இந்த எண்ணத்தை ஹென்ரிச் ஹிம்லர் மாற்றினார் அல்லது ஆய்வுக்குள்ளாக்கும் இடத்திற்கு ஹிட்லரை கொண்டு வந்து சேர்த்தார். ஹிட்லருக்கு இருந்த இந்திய ஆரியர்கள் பற்றியக் கருத்தை மாற்ற எத்தனையோ பேர் முயன்றும் முடியாததை ஹிம்லர் சாதித்தார். இந்திய துணைக்கண்டத்தின் ஆரியர்களை இன்னும் கூர்மையாக ஆய்வு செய்ய வேண்டும் என்றார்.

தூய்மையான ரத்தம் கொண்ட வெள்ளை நோர்டிக் இனம் ஒன்று இங்கிலாந்துக்கும் போர்ச்சுகலுக்கும் இடையில் அட்லாண்டிக் பெருங்கடல் பகுதியில் வாழ்ந்ததாகவும் அந்த நகரம் பின்னர் கடலில் மூழ்கியதால் பூர்வ ஆரியர்கள் அழிந்தோ, சிதறியோ போனார்கள் என்றும் நாஜிகள் ஒரு கதையைச் சொன்னார்கள். இந்தக் கதையை அறிவியல்பூர்வமாக நிறுவ முயன்று நாஜிகள் தோற்றுப் போனார்கள். ஆனால் கடலில் மூழ்கிய அந்தப் பகுதியில் இருந்து சிதறிய ஆரியர்கள் இமயமலையின் அடிவாரப்பகுதிகளை நோக்கி இடம்பெயர்ந்துக் குடியேறியதாகவும் நாஜிகள் நம்பினார்கள். கடலில் மூழ்கிய பூர்வ ஆரியர்களின் இடம் என்ற முதல் கதையை அறிவியல் பூர்வமாக நிரூபிக்க முடியாமல் போக, இரண்டாவது முயற்சியாக இந்தியாவையொட்டிய பகுதிகள் மீது கவனம் செலுத்தினார்கள் நாஜி விஞ்ஞானிகள்.

பூர்வ ஆரியர்களைத் தேடும் திட்டத்திற்காக எஸ்.எஸ். படையில் தி அஹ்னெனெர்பே (The Ahnenerbe) என்ற புதிய அணி உருவாக்கப்பட்டது. அஹ்னெனெர்பே என்றால் மூதாதையரின் பாரம்பரியம் என்று பொருள். பூர்வ ஆரியர்களின் வேர்களைத் தேடவும், நாஜிகள் ஆட்சிக்கு வருவதற்கு முன்பே பேசிய இனக் கோட்பாட்டை அறிவியல் பூர்வமாக நிறுவுவதும், புதிய கோட்பாடுகளை எழுதுவதும், பூர்வ ஆரியர்களைக் கண்டடைவதுமே இக்குழுவின் நோக்கம். பூர்வ ஆரியர் தொடர்பான சிந்தனை மரபொன்றை உருவாக்கும் நோக்கில் நாஜி ஜெர்மனியின் சிந்தனைத் தொட்டியாகச் (Think Tank) செயல்பட்டனர்.

இந்தக் குழுவில் பெரும்பாலான கல்வியாளர்கள் இணைத்துக் கொள்ளப்பட்டார்கள். அறிவியலாளர்கள், மானுடவியலாளர்கள் என எண்ணற்றோர் இந்தக் குழுவில் இணைக்கப்பட்டு உலகெங்கிலும் ஆரிய இனத்தைத் தேடும் ஆய்வுக்காக அனுப்பப்பட்டார்கள். ஹிட்லர் மற்றும் நாஜிகளின் நம்பிக்கைகளுக்கு ஏற்ப அறிவியல் விளக்கங்களோடு ஆரிய விரிவாக்க நோக்கங்களுக்காக இவர்களில் ஒரு குழுவினர் இந்தியா, திபெத், கொழும்பு, ஏன் சென்னைக்கும்கூட வந்தது.

அட்லாண்டிக் கடல் பகுதியில் இருந்து வந்த ஆரியர்கள் கி. மு 2000 மாவது காலப்பகுதியில் சீனா, ஜப்பான் உள்ளிட்ட பெரும்பாலான ஆசியப் பகுதிகளைக் கைப்பற்றினார்கள் என்பது எஃப்.கே. குந்தரின் கருத்து. இக்கருத்தின் மூலமாகவே அஹ்னெனெர்பே குழுவினரின் கருத்தை வலுவாக்க முடியும். இந்திய ஆரியர்கள்

தொடர்பான ஹிட்லரின் பார்வையைக் குந்தரின் எழுத்துகளின் மூலமாக ஹென்ரிச் ஹிம்லர் மாற்ற முயன்றார். ஒரு கட்டத்தில் இந்த அஹ்னெனெர்பே குழுவினர் பௌத்தரும் ஹிட்லரும் ஒரே சிந்தனையுடையவர்கள் என்றெல்லாம் பேசினார்கள். ஹிட்லர் தன்னைச் சுற்றி உருவாக்கியிருந்த மூடத்தனத்தையொட்டி அறிவியலாளர்கள் தங்கள் ஆய்வுப்பணிகளை முடுக்கி விட்டனர்.

1938ஆம் ஆண்டு பூர்வ ஆரியர்களைத் தேடும் பணிக்காக ஐந்து பேர் கொண்ட குழுவினர் திபெத் வந்தனர். இந்தக் குழுவில் இருவர் முக்கியமானவர்கள் எர்னஸ்ட் ஷாஃபர் 28 வயதே ஆன விலங்கியல் நிபுணர். இவர் ஏற்கனவே திபெத் - சீன எல்லைகளில் ஆரியர்கள் தொடர்பான ஆய்வுகளில் ஈடுபட்டவர். நாஜிகள் ஆட்சியைப் பிடித்தவுடன் எஸ்.எஸ் படையில் இணைந்து கொண்டார். வேட்டைகளில் ஆர்வம் கொண்ட எர்னஸ்ட் ஒருமுறை வாத்து ஒன்றைச் சுடும்போது துப்பாக்கிக் குண்டு தவறுதலாக மனைவியின் தலையில் பாய்ந்து அவர் இறந்து விடுகிறார். இந்தக் குழுவில் இரண்டாவது முக்கிய நபர் புருனோ பெகர் மானுடவியல் படித்த இளைஞர். நாஜிகள் ஆட்சிக்கு வந்ததும் எஸ்.எஸ். படையில் இணைந்தனர்.

இவர்கள் திபெத்தியர்களின் மண்டை ஓடுகளைச் சேகரித்தனர். முக அமைப்பு, மூக்கு, கண், காது, பல் போன்றவற்றை ஆய்வு செய்து நோர்டிக் இன ஆரியர்களோடு பொருந்திப் போகிறதா என ஆய்வு செய்தனர்.

1938ஆம் ஆண்டு மே மாதத்தில் ஐந்து பேர் கொண்ட குழுவினர் கொழும்புவுக்குச் சென்றனர். அங்கிருந்து (சென்னை) மெட்ராஸ் மாகாணத்திற்கு வந்தனர். சென்னையில் பிராமணர்கள் வீடுகளில் காணப்பட்ட ஸ்வஸ்திகா சின்னம் அவர்களை ஈர்த்தது.

நாஜி விஞ்ஞானிகள் ஆய்வில் ஈடுபடுவது குறித்து அறிந்த பிரிட்டீஷ் அதிகாரிகள் அவர்கள் உளவு நடவடிக்கைகளுக்காக வந்துள்ளதாகக் கருதி அவர்களைத் தடுத்தனர். ஆனாலும் இந்த விஞ்ஞானிகள் ஸ்வஸ்திகா சின்னக் கொடிகளோடு கழுதைகளில் திபெத்துக்குள் நுழைந்தனர்.

திபெத்தியர்கள் ஸ்வஸ்திகாவை 'யுங்ட்ரங்' என்று அழைத்திருக்கிறார்கள். இந்த ஸ்வஸ்திகா சின்னத்தை எர்னஸ்ட் ஷாஃபர் குழுவினர் இந்தியாவிலும், திபெத் பகுதிகளிலுமே அதிகம் பார்த்திருக்கிறார்கள். நாஜிகள் இந்தியா, திபெத் போன்ற பகுதிகளில்

வாழும் ஆரியர்கள் தொடர்பான உண்மையான கருத்து என்ன என்பது அவர்களுக்குத் தெரிந்திருந்தால் வரவேற்றிருக்க மாட்டார்கள். ஆனால் ஆய்வுக்காக வந்த நாஜி ஜெர்மன் குழுவை திபெத்தியர்கள் வரவேற்றார்கள்.

சுமார் 376 மண்டை ஓடுகள், முக அளவுகள், இரண்டாயிரம் புகைப்படங்கள், விரல் மற்றும் கை ரேகைகளைப் பதிவு செய்திருந்தனர். இன்னொரு குழுவினர் ஏராளமான பொருட்களோடு 18 ஆயிரம் மீட்டர் நீள விடியோவும் எடுத்திருந்தனர்.

இரண்டாம் உலகப்போர் வெடிக்கும் சூழல் உருவாகி விட்டதால் ஹென்ரிச் ஹிம்லர் அவர்களைத் திரும்பி வருமாறு உத்தரவிட்டு அவர்கள் திரும்புவதற்கான ஏற்பாடுகளையும் செய்து கொடுத்தார். இவர்கள் கொண்டு சென்ற பொருட்கள் அனைத்தும் சால்ஸ்பர்க் கோட்டையில் வைக்கப்பட்டது. 1945ஆம் ஆண்டு நேச நாட்டுப் படைகள் ஜெர்மனைக் கைப்பற்றிய போது அவை அனைத்தும் அழிக்கப்பட்டன.

ஆரியர்களின் மாஸ்டர் ரேஸை கண்டுபிடிக்கும் நோக்கில் இந்தியா, திபெத், கொழும்பு, சென்னைக்குப் பயணப்பட்ட நாஜி குழுவினர் இறுதியில் அந்த நோக்கத்தை அடையாமலே போரால் அழிந்து போனார்கள். ஆனால் அவர்கள் எந்த ஆரியர்களைத் தேடி வந்தார்கள் என்பது விடை தெரியாத பதில்தான்.

இமயமலையின் அடிவாரத்தில் உள்ள லடாக்கிலிருந்து தொலைதூரப்பகுதிகளான காகர்கோன், டார்ச்சிங், தாஹ், பியாமா போன்ற பகுதிகளில் வசிக்கும் மக்கள் தங்களைத் தூய்மையான ஆரியர்கள் என அழைத்துக் கொள்கிறார்கள். தங்களை 'ப்ரோக்பா' என அழைத்துக் கொள்கிறார்கள். ப்ரோக்பா என்றால் உள்ளூர் மொழியில் நாடோடி என்று பொருள். பௌத்தர்களாக இருக்கும் இவர்கள் மற்ற ஆரியர்களைவிடத் தாங்களே உயர்ந்தவர்கள் என்றும் அழகானவர்கள் என்றும் சொல்கிறார்கள் இவர்களைத் தேடித்தான் நாஜிகள் இந்தியா, திபெத் போன்ற பகுதிகளுக்கு வந்திருக்கலாம்.

ஆரியர்களே இந்தியாவின் பூர்வகுடிகள் என்ற கோட்பாடுகள் தீவிரமடைந்து வரும் நிலையில் நாஜிகள் விட்டுச்சென்ற புள்ளிகளில் இருந்து இந்திய ஆய்வுகள் அறிவியல் பூர்வமாகத் தங்களை நிரூபிக்க முயல்கின்றன. ஆரியர்கள் தொடர்பான நாஜிகளின் பார்வையும், இந்திய பிராமணர்களின் பார்வையும் வேறு. ஆனால், ஆரியர்களே இந்தியாவின் பூர்வகுடிகள் என்ற கருத்தாக்கத்தை

நிறுவத் தேவையான கருத்துகள் இந்து புராணங்களிலேயே உள்ளது. பிரான்சிஸ் கால்டன் போல 'யூஜெனிக்ஸ்' போன்ற போலி அறிவியல் கோட்பாட்டை எழுதவேண்டிய அவசியம் எதுவும் இவர்களுக்கு இல்லை.

இந்துத்துவத்தின் யூஜெனிக்ஸ் 'மனுதர்மம்'

அகண்ட ஜெர்மனியை உருவாக்க பிரான்சிஸ் கால்டனின் 'யூஜெனிக்ஸ்' நாஜிகளுக்குத் தேவைப்பட்டது. ஆர்.எஸ்.எஸ். அமைப்போ வேத காலத்தையே நவீன அறிவியலாகப் பார்க்கிறது.

2023ஜூன் மாதத்தில் தெலங்கானா, புதுச்சேரி ஆளுநர் தமிழிசை ஆர்.ஆர்.எஸ். அமைப்பின் பெண்கள் பிரிவான ராஷ்டிர சேவிகா சமிதி அமைப்பின் ஒரு பிரிவான சம்வர்தினி நியாஸ் அமைப்பு நடத்தும் 'கர்ப்ப சன்ஸ்கார்' திட்டத்தைத் தனது அரசு அலுவலகத்தில் துவங்கி வைத்தார். காந்தியைக் கொன்ற இயக்கம் என்பதால் ஆர்.எஸ்.எஸ் இந்தியாவில் தடை செய்யப்பட்ட காலம் எல்லாம் மாறிவிட்டது. பாஜக ஆளும் மாநிலங்களில் அது ஒரு அரசு நிறுவனம் போலச் செயல்படுகிறது.

இந்தியாவில் ஆர்.எஸ்.எஸ். அமைப்புதான் நாஜிக் கட்சியைப் போல முழு கட்டமைப்பைக் கொண்ட அமைப்பாக இருக்கிறது. பெண்கள், குழந்தைகள், ஆண்கள், முதியவர்கள் என ஒவ்வொரு இந்துவையும் வயதுவாரியாகப் பிரித்து மண்டலங்களாக இவர்களை ஒருங்கிணைத்து வெவ்வேறு பெயர்களில் ஷாகாக்களை நடத்துகிறது ஆர்.எஸ்.எஸ். இந்தியா முழுக்க சுமார் 50 ஆயிரத்துக்கும் மேற்பட்ட கிளைகளைக் கொண்டுள்ளது. ஆர்.எஸ்.எஸ். அமைப்பு அரசு சாரா அமைப்பாகச் செயல்படுகிறது. அதன் நிதி பரிவர்த்தனைகள் ரகசியமானவை. உறுப்பினர்களும் ரகசியமானவர்கள். ஆர்.எஸ்.எஸ் என்ற அமைப்பு காந்தி கொலைக்குப் பின்னர் எண்ணற்ற அமைப்புகளை உருவாக்கியுள்ளது அந்த அமைப்புகளை ஆர். எஸ்.எஸ். தலைமையேற்று ஒருங்கிணைக்கிறது. சங்கிலித் தொடர் போன்ற கண்ணிகள் எதுவும் இல்லாத ஆர்.எஸ்.எஸ். அமைப்பின் செயல்முறையை இந்துக்களே இன்னும் முழுதாகப் புரிந்து கொள்ளவில்லை. 2014ஆம் ஆண்டு மோடி ஆட்சிக்கு வந்த பின்னர் ஆர்.எஸ்.எஸ். அமைப்பு தன்னை வலுவாக்கிக் கொண்டுள்ளது. பெண்கள் இந்த இயக்கத்தில் சேரமுடியாது என்ற விமர்சனத்தை அடுத்து அது ராஷ்டிர சேவிகா சமிதியை உருவாக்கியது. ஆரோக்கியமான பெண்கள் ஆரோக்கியமான குழந்தைகளைப் பெற்று

கணவனுக்கும், குடும்பத்துக்கும், இந்து சமூகத்துக்கும் சேவையாற்ற வேண்டும் என்பதே இந்த அமைப்பின் நோக்கம்.

யூஜெனிக்ஸ் அறிவியல் கொள்கையைப் பயன்படுத்திப் புதிய ஆரிய சூப்பர் குழந்தைகளை நாஜிகள் உற்பத்தி செய்தது போன்று இரண்டு திட்டங்களை ஆர்.எஸ்.எஸ். இந்துக்களுக்கு முன் வைக்கிறது. அதில் பெண்களுக்கான 'கர்ப்ப சன்ஸ்கார்' என்றொரு திட்டமும், கணவன் மனைவிக்கான 'உத்தம் சந்ததி' என இன்னொரு திட்டமும் பிரதானமாக உள்ளது. இந்து இந்துக்களின் சந்ததியை ஆரோக்கியமாக மாற்றுவதை முதல் நோக்கமாகக் கொண்டுள்ளது. அழகான, உயரமான, நேர்மறை எண்ணம் கொண்ட, குழந்தைகளைப் பெற்றெடுப்பதை நோக்கமாகக் கொண்டு இத்திட்டத்தை நாடு முழுக்கச் செயல்படுத்தி வருகிறது ஆர்.எஸ்.எஸ். இந்தத் திட்டம் பாஜகவின் செல்வாக்கு மண்டலமான குஜராத்தில் மோடி முதல்வராக இருந்த காலத்திலேயே செயல்படுத்தப்பட்டு நாடு முழுக்க விரிவாக்கப்பட்டுள்ளது.

சமர்த்த பாரதம் மலர உத்தம் சந்தாதி திட்டம் பலனளிக்கிறது. இதில் இணையும் தம்பதிகள் முதலில் சுத்திகரிப்புக்கு உள்ளாக்கப்படுவார்கள் அதை சுத்திகிரகணம் என்கிறார்கள். கிரக நிலைகளை முன்கூட்டியே அறிந்து கிரகங்கள் இணையும் நல்ல நேரத்தில் கணவனும் மனைவியும் உடலுறவு வைத்துக்கொள்ள வேண்டும். பெண் கருவுற்ற பின்னர் ஆர்.எஸ்.எஸ் சுகாதாரப்பிரிவு பரிந்துரைக்கும் ஆயுர்வேத உணவுகளை முறையாக உண்டு வந்தால் கருப்பான, குள்ளமான பெற்றோர்களுக்குக்கூட சிகப்பான, உயரமான, அழகான, தனித்துவமான குழந்தைகள் பிறக்கும் என்கிறது ஆர்.எஸ்.எஸ். அமைப்பின் 'ஆரோக்கிய பாரதி'

யூஜெனிக்ஸ் அடிப்படையில் 'லெபன்ஸ்பார்ன்' திட்டத்தை ஹிட்லர் தனது கனவுத் திட்டமாக உருவாக்கினார். தூய்மையான ஆரியக் குழந்தைகளை உருவாக்கும் அந்தத் திட்டம்தான் இந்தியாவில் 'கர்ப்ப சன்ஸ்கார்' என்றும் உத்தம் சந்ததி என்றும் அழைக்கப்படுகிறது. லெபன்ஸ்பார்ன் திட்டத்தில் ஆரியக் குழந்தைகளைப் பெற்றுக் கொடுப்பதில் சிறப்பான பங்களிப்பை அளித்த நாஜி ஜெர்மன் ஆரியப் பெண்களுக்கு கிராஸ் ஆஃப் ஹானர் *(Cross Of Honour)* விருது வழங்கியது. தங்கம், வெள்ளி, வெண்கலம் என மூன்று நிலைகளில் இந்த விருதுகளை வழங்கி குழந்தை பெற்றுக் கொள்வதை ஊக்குவித்தார் ஹிட்லர்.

இந்தியாவிலும் ஆர்.எஸ்.எஸ். தலைவர்களும் மடாதிபதிகளும் இந்துக்கள் அதிக குழந்தைகளைப் பெற்றுக்கொள்ள வேண்டும் என்கிறார்கள். அதற்காகவே ஆர்.எஸ்.எஸ். இந்தத் திட்டங்களுக்கான கவர்ச்சிகரமான விளம்பரங்களை வெளியிடுகின்றன. பல முன்னணி மருத்துவர்களே இந்தத் திட்டங்களுக்காகப் பணி செய்கிறார்கள். ஆனால், இதில் ஒரு உயர்சாதி ஆண் இந்து தனக்குக் கீழ் சாதி இந்துவாக இருக்கும் ஒரு பெண்ணோடு நல்ல நேரம் பார்த்து உறவு கொள்ளலாமா என்பது பற்றி ஆர்.எஸ்.எஸ். மவுனம் சாதிக்கிறது. ஜெர்மனியின் ஆரியர்களுக்குள் பிளவு இல்லை. ஆனால் இந்தியாவில் சாதிப்பிளவுகளில் ஆர்.எஸ்.எஸ். எந்த இந்துவுக்காக இயக்கம் நடத்துகிறது?

ஒரு இந்து பிறந்தது முதல் இறக்கும் வரை வாழ்க்கையில் பின்பற்ற வேண்டிய சடங்குகள், சம்பிரதாயங்கள், ஒழுக்கங்களைப் போதிக்கிறது. இந்தப் போதனைகளுக்கு முரணாக வாழ்கிறவர்களைத் தண்டிக்கும் சட்டக் கோவையாகவும் இது உள்ளது. அண்ணல் அம்பேத்கர் இயற்றிய அரசியல் சாசனம் நடைமுறைக்கு வருவதற்கு முன்பே பல தீர்ப்புகள், சமூகக் குற்றங்களுக்குத் தீர்ப்புகள் மனுதர்மத்தின் அடிப்படையில் வழங்கப்பட்டன.

இந்திய வரலாறு ஆங்கிலேயர்களால் எழுதப்பட்டது. எனவே இந்தியா பற்றிய புதிய வரலாற்றை எழுத வேண்டும் என்கிறார்கள். ஆங்கிலேயர் வருகைக்குப் பின்னரே இந்தியாவில் கல்வி பரவலாக்கம் பெற்றது. மானுடவியல் ஆய்வுகளில் புதிய வெளிச்சம் கிடைத்தது. இது அனைத்தையும் நிராகரித்து இந்த மண்ணின் பூர்வகுடிகள் ஆரியர்களே என எழுதி விட்டார்கள். பள்ளிப் பாடப்புத்தகங்களில் நஞ்சை விதைக்கிறார்கள். நாடு முழுக்க மத ரீதியான தாக்குதல்களும் கொலைகளும் தொடர்கின்றன. இத்தாக்குதல்கள் 2014ஆம் ஆண்டிற்குப் பின்னர் தீவிரமடைந்து வரும் நிலையில் இதுபோன்ற தாக்குதல்கள் ஊடகங்களில் ஒரு செய்தியாகக்கூட இல்லை. இந்து தேசியவாதம் பாஜக என்ற கட்சியின் நிரல். அந்த நிரலுக்குள் அரசுத்துறைகள் கொண்டுவரப்படுகின்றன.

18ஆம் நூற்றாண்டில் பிரெஞ்சுப் புரட்சியைத் தொடர்ந்து நிலப்பிரபுத்துவக் கருத்தியல்கள் வீழ்ச்சியடைந்து உலகம் பல புதிய மாற்றங்களுக்கு உள்ளாகி வந்தது. 19ஆம் நூற்றாண்டு மற்றும் 20ஆம் நூற்றாண்டுகள் அறிவியலின் பொற்காலம் வானொலி, தொலைக்காட்சி, அச்சு ஊடகங்கள், விண்வெளி ஆய்வுகள் வளர்ச்சியடைந்ததோடு மக்களின் உரிமை சார்ந்த விழிப்புணர்வும்

பரவலாகி வந்தது. இந்தியாவிலும் விடுதலை கருத்தியல் வேர் விட்டது. இதே இருபதாம் நூற்றாண்டில்தான் உயர்ந்த பிறப்பு என்ற பெயரால் யூஜெனிக்ஸ் மேற்குலக நாடுகளில் அறிமுகம் ஆனது. அதுவே நாஜி ஜெர்மனியில் 60 லட்சம் யூதர்களை அழித்தொழித்தது.

கடந்த கால வரலாறு வழங்கிய சுதந்திரம், சமத்துவம், ஜனநாயகம், போன்ற உயர்ந்த விழுமியங்களை 'யூஜெனிக்ஸ்' கேலி செய்தது. புலம்பெயர்ந்தோர், ஏழைகள், ஊனமுற்றோர், ஓரினச்சேர்க்கையாளர்கள், பாலியல் தொழிலாளிகள், கருப்பர்கள், முதியவர்கள் என எண்ணற்ற மனிதர்களை இழிவான விருப்பங்களுடன் விலக்கி வைத்தது. தகுதியற்ற மனிதர்களாகத் தண்டித்தது. ஆனால் நாஜிகள் இரண்டாம் உலகப் போரில் தோற்கடிக்கப்பட்டு அவர்கள் யூதர்களுக்கு இழைத்த கொடுமைகள் வெளியில் தெரிந்த காரணத்தால் யூஜெனிக்ஸ் தோல்வியடைந்தது. இரண்டாம் உலகப்போருக்குப் பின்னர் யூஜெனிக்ஸ் கோட்பாடு நிராகரிக்கப்பட்டுவிட்டது. நாஜிகள் அவர்களோடு தொடர்புடைய ஸ்வஸ்திக் சின்னம், யூஜெனிக்ஸ், போன்ற அனைத்தையுமே எவரும் இன்று வெளிப்படையாகப் பேசுவதில்லை. ஆனால், இந்தியாவில் பழைய யூஜெனிக்ஸ் கொள்கையான மனுதர்மம் ஆட்சிமுறையாக மக்கள் மீது சாத்தப்படுகிறது.

முன்னதன் பெயர் அகண்ட ஜெர்மனி, பின்னதன் பெயர் 'அகண்ட பாரதம்' இன்றைய இந்தியாவில் இந்துத்துவம் ஒரு தேசியமாக உருவாகி அரசு மயமாகி வருகிறது. எண்ணற்ற சட்டங்கள் இந்து அல்லாத மக்களைக் குறிவைத்துக் கொண்டுவரப்படுகிறது. மாநில அரசுகளின் உரிமைகள் வெகுவேகமாகப் பறிக்கப்படுகிறது. பிராமணர் அல்லாதோர் உரிமைகள் பறிக்கப்பட்டு வருகின்றன. பொருளாதார ரீதியாகப் பெரும் வீழ்ச்சியை எதிர்நோக்கும் இந்தியாவில் இந்துத்துவம் அரசு மதம் போல எழுச்சி பெற்று வருவதும், குறிப்பிட்ட சமூக மக்களை எதிரிகளாகச் சித்தரித்துத் தனிமைப்படுத்துவதும் எதில் போய் முடியும் என நினைக்கின்றீர்கள்?

12

நாஜி தற்கொலைகள்: வெறுப்பின் தோல்வி

யார் கலவரங்களால் பாதிக்கப்பட்டார்களோ அவர்களையே கைது செய்தார்கள். யார் கலவரங்களால் பாதிக்கப்பட்டார்களோ அவர்களது வீடுகளையே புல்டோசர்களால் இடித்தார்கள். நாஜிகள் முடிவில் அவர்கள் தற்கொலை செய்து கொண்டார்கள். ஆனால், அவர்களின் சிந்தனை இன்னும் உயிரோடு இருக்கிறது.

வலதுசாரிகளோ, பாசிஸ்டுகளோ வார்த்தைகளும் வசனங்களும் அவர்களின் அரசியல் வரலாற்றில் மிக முக்கியப் பங்கு வகிக்கிறது. ஜெர்மனியில் ஆரியர்களின் பூர்வீக நிலப்பகுதிகளைக் குறிக்க ஆரம்ப காலங்களில் 'இரத்தமும் மண்ணும்' (*Blut und Boden*) என்ற வார்த்தையைக் கூட்டங்களில் பயன்படுத்தினர். அய்ரோப்பா முழுக்க நில அபகரிப்பின் அடிப்படையாக இது இருந்தது. ஆரியர் குடியேற்றங்களுக்காக யூதர்களை அவர்கள் வசித்த இடங்களில் இருந்து வெளியேற்ற இந்த வார்த்தை பயன்படுத்தப்பட்டது. வெய்மர் குடியரசை வீழ்த்துவதற்கான பிரதானக் கருத்தியலாக இந்த வார்த்தை இருந்தது. மொழியை அவர்கள் தங்களின் இறுதித் தீர்வு வரை பயன்படுத்தினார்கள்.

'இறுதி தீர்வை நோக்கி நாஜி ஜெர்மன் நகர்ந்த போது 'கேம்ப்' என்ற வார்த்தையைப் பரவலாக்கினார்கள். அதற்கு முன்னர் 'லாகர்' என்ற வார்த்தையைப் பயன்படுத்தினார்கள். அரசியல் களத்தில் நாங்கள் *VS* அவர்கள் என்ற வார்த்தைப் பரவலாக்கம் பெற்றது.

நாங்கள் என்பது ஆரியர்களையும் அவர்கள் என்பது யூதர்களையும் குறிக்கும் சொல்லாகப் புரிந்துகொள்ளும்படி பரவலாக்கம் பெற்றது.

வாழ்வை ஒழுங்குபடுத்துவதில் ஒழுக்கப்படுத்துவதில் மொழியையும் நாஜிகள் விட்டுவைக்கவில்லை. ஜெர்மன் மக்களை வோல்க் என்றும் யூதர்களை ஒட்டுண்ணிகள் என்றும் அழைத்தார்கள். நேரடியான சித்திரவதை நடவடிக்கையைக் குறிப்பிட 'சிறப்புச் சிகிச்சை' (Sonderbehandlung) என்றும் அழைத்தனர். மரணதண்டனை என்னும் நடவடிக்கையை இறுதி தீர்வு (Endloss) என்றும் குறிப்பிட்டனர்.

நாஜி ஜெர்மனியின் புகழ்பெற்ற கொலை முகாமான ஆஷ்விட்ச் முகாமின் முகப்பில் 'Arbeit Macht Frei' என எழுதி வைத்திருப்பார்கள். அதன் பொருள் 'வேலை உங்களை சுதந்திரமாக்கும்' என்பது. இந்த முகாம் துவக்கத்தில் உடல் தகுதியுள்ளோர் அடிமை வேலை செய்வதற்கான முகாமாக இருந்தது.

1938இல் நாஜிகளின் புகழ்பெற்ற சொல்லாக இருந்தது Ein Volk, ein Reich, Ein Führer இது 'ஒரே மக்கள், ஒரே நாடு, ஒரே தலைவர்' என்ற ஒற்றை இலக்கை வலியுறுத்தியது. இதே காலகட்டத்தில்தான் நாஜி ஜெர்மனி 'ஒரே நாடு ஒரே கட்சி' என்றானது.

நாஜி ஜெர்மனி ஆஸ்திரியாவை இணைத்து, போலந்தைக் கைப்பற்றி சோவியத் ஒன்றியத்தைத் தனது பேரரசுடன் இணைக்க விரும்பி போர் தொடுத்த போது 'ஒரு மக்கள், ஒரு பேரரசு ஒரு தலைவர்' என்ற சொல்லை நாஜிகள் பிரதிபலித்தனர்.

நாஜிகளின் சொற்களஞ்சியத்தில் உள்ள வார்த்தைகள் அவர்களுக்கே உரித்தானவை அல்ல. இன்று நாம் வாழும் தெருக்களில்கூட இதே வார்த்தைகளைக் கேட்கிறோம்.

இரண்டாம் உலகப்போரின் முடிவில் நாஜி ஜெர்மனி வென்றிருந்தால் உலக வரலாறு தலைகீழாக எழுதப்பட்டிருக்கும். ஆனால், முசோலினியின் மரணம் ஹிட்லருக்கு அச்சத்தை ஏற்படுத்தியது. இத்தாலியின் முசோலினிக்கு நேர்ந்த கதிதான் தனக்கும் நேரும் என்பதை அறிந்திருந்த ஹிட்லர் இரண்டாம் உலகப் போர் முடிந்ததாக அறிவிக்கப்படுவதற்கு முன்பே 1945ஏப்ரல் 30ஆம் தேதி மனைவியோடு தற்கொலை செய்து கொண்டார். ஒரு தனிமனிதனின் இனவாத அரசியலின் காரணமான ஐந்து கோடி மக்களின் உயிரிழப்போடு இரண்டாம் உலகப் போர் முடிவுக்கு வருவதற்கு முன்பே நாஜி ஜெர்மனியில் தற்கொலைகள் அதிகரித்தன.

மார்ச் மாதமே தற்கொலைகள் துவங்கிவிட்டது. 1945ஆம் ஆண்டு மார்ச் மாதத்தில் மட்டும் பெர்லின் நகரில் 238 தற்கொலைகள் அரசு ஆவணங்களில் பதிவாகி உள்ளன. ஏப்ரல் 30ஆம் தேதி ஹிட்லர் தற்கொலை செய்து கொள்கிறார். ஜெர்மன் நிபந்தனையின்றி மே-8 ஆம் தேதி சரணடைந்தது. சரணடைந்த அடுத்த சில நாட்களில் மட்டும் ஜெர்மனியில் 3 ஆயிரத்து 881 பேர் தற்கொலை செய்து கொண்டார்கள்.

ஜெர்மனின் வடகிழக்கு பகுதியில் உள்ள சிறிய நகரமான டெம்மினில் 15 ஆயிரம் மக்களே அப்போது வசித்தனர். அவர்களில் ஆயிரம் பேர் தற்கொலை செய்து கொண்டனர். பெரும்பாலான பெற்றோர்கள் தங்கள் குழந்தைகளைக் கொன்றுவிட்டு தாங்களும் தற்கொலை செய்து கொண்டனர். இதுபோன்ற தற்கொலைகள் ஜெர்மன் முழுக்க நடந்தன. இராணுவ வீரர்களின் மரணம், இடைவிடாத போர் எனப் பதற்றத்தில் வாழ்ந்த மக்கள் போரின் முடிவையொட்டி ஏன் அச்சம் கொண்டார்கள்?.

தி கார்டியன் நாளிதழின் அய்ரோப்பிய வரலாற்றாசிரியரான கிறிஸ்டியன் கோஷல் தனது Suicide in Nazi என்ற நூலில் இந்தத் தற்கொலைகள் பற்றி விரிவாக ஆய்வு செய்துள்ளார்.

பல கோடி மக்களின் உயிர்களைப் பலிகொண்ட இரண்டாம் உலகப்போரின் முடிவை நாட்டின் பெரும்பான்மை மக்கள் வரவேற்றார்கள். நிம்மதிப் பெருமூச்சு விட்டார்கள். ஜெர்மானியர்கள்கூட நிம்மதியடைந்தனர். அப்படி என்றால் தற்கொலை செய்து கொண்டவர்கள் யார்? அவர்கள் ஏதோ ஒரு வகையில் நாஜி ஜெர்மனியோடு தங்களை இணைத்துக் கொண்டவர்கள்.

ஒன்று நாஜிகளுக்கு துணைபோனோம் என நாமும் தண்டிக்கப்படுவோம் என்ற அச்சம். இன்னொன்று கற்பனை செய்ய முடியா அளவுக்கு ஜெர்மனியில் வீசிய பிணவாடை அந்த மக்களை அச்சமடையச் செய்தது. அந்தத் தற்கொலைகளுக்கு இன்னொரு முக்கியக் காரணமும் இருந்தது. இரண்டாம் உலகப் போரில் சோவியத் ஒன்றியம் வென்றால் கம்யூனிஸ்ட் படைகளும், யூதர்களும் உங்களைச் சித்திரவதை செய்வார்கள், கொள்ளையடிப்பார்கள், பெண்களைப் பாலியல் வன்முறை செய்வார்கள், குழந்தைகளை அடிமைகளாகப் பிடித்துச் சென்றுவிடுவார்கள் எனப் பிரச்சாரம் செய்திருந்தனர். இந்தப் பிரச்சாரங்களை ஜெர்மன் மக்கள் நம்பினார்கள். போரின் முடிவையும் ஹிட்லரின் தற்கொலையையும்

அவர்களால் நம்பமுடியவில்லை. எனவே அவர்கள் தண்ணீரில் குதித்தும், துப்பாக்கியால் சுட்டுக்கொண்டும், விஷம் அருந்தியும் தற்கொலை செய்துகொண்டார்கள்.

இப்படித் தற்கொலை செய்து கொண்டவர்கள் பொதுமக்கள் மட்டுமல்ல, சோவியத், பிரிட்டன், அமெரிக்கப் படைகள் ஜெர்மனைச் சுற்றி வளைத்த போது தப்பிக்க வழியில்லாமல் நாஜி ஜெர்மனியின் அரசு ஊழியர்களாகவும், அதிகாரிகளாகவும், ராணுவத்தினராகவும், நாஜி ஆதரவாளர்களாகவும், நாஜிக் கட்சி பிரமுகர்களாகவும், ஹிட்லர் அனுதாபிகளாகவும் இருந்தவர் பல்லாயிரம் பேர் தற்கொலை செய்துகொண்டனர்.

ஹிட்லரின் தற்கொலைக்குப் பின்னர் ஜோசப் கோயபல்ஸ் தனது மனைவி மாக்தாவுடன் சயனைட் அருந்தி தற்கொலை செய்தார். அதற்கு முன்னதாகத் தனது இரண்டாவது திருமணத்தின் மூலம் பிறந்த 6 குழந்தைகளுக்கும் ஹைட்ரஜன் சயனைடை கொடுக்கத் தளபதிகளுக்கு உத்தரவிட்டார். 12 வயதான மூத்த மகள் ஹெல்கா மட்டுமே இதை எதிர்த்துப் போராடினார். முடிவில் ஆறு குழந்தைகளும் சயனைடால் கொல்லப்பட்டனர். பின்னர் கோயபல்சும் அவரது மனைவியும் தற்கொலை செய்து கொண்டார்கள்.

சோவியத் படைகள் ஹிட்லரின் அதிபர் மாளிகையை நெருங்கியபோது ஜெனரல் பெர்க்டார்ஃப், ஜெனரல் கிரெப்ஸ் மேஜையிலும், இருக்கைகளிலும் அமர்ந்த நிலையில் இறந்து கிடந்தனர். ஹிட்லரின் நெருங்கிய கூட்டாளிகளான போர்மன் மற்றும் ஸ்டம்ப்ஃபெகர் பங்கர்களில் இருந்து தப்பியோடினர். நகருக்குள் சென்றபோது எப்படியும் சோவியத் படைகளிடம் சிக்கிக் கொள்வோம் என்பதை அறிந்து அவர்கள் விஷமருந்தி தற்கொலை செய்துகொண்டனர். எஸ்.எஸ் ராணுவ அதிகாரிகளாக இருந்த குளோபோக்னிக், எர்ன்ஸ்ட் கிராவிட்ஸ் ஆகியோர் தங்களை வெடிவைத்துத் தகர்த்துக் கொண்டனர்.

கருணைக் கொலையில் ஈடுபட்ட ஃபிலிப் போலர் தனது மனைவியுடன் தற்கொலை செய்துகொண்டார். நாஜி ஜெர்மனியின் ஹிட்லரின் உத்தரவுகளைச் சட்ட ரீதியாகப் பாதுகாத்த உச்சநீதிமன்ற தலைமை நீதிபதியான அர்வின் பும்கேன், தலைமை ராணுவ அதிகாரி ஃபீல்ட் மார்ஷல் வால்டர் மொடேல் ஆகியோர் மீள முடியாது என

உணர்ந்த தருணத்தில் தற்கொலை செய்து கொண்டார்கள். ருடால்ஃப் 93வது வயதில் சிறையில் தற்கொலை செய்து கொண்டார்.

நாஜி ஜெர்மனியின் மிக முக்கியமான குற்றவாளிகளுள் ஒருவரான ஹெர்மன் கோரிங் சரணடைந்தார். அவருக்கு நீதிமன்றம் மரண தண்டனை விதிக்க 1946 அக்டோபர் 15 அன்று தற்கொலை செய்துகொண்டார்.

நாஜி ஜெர்மனியின் கொடூர முகங்களில் ஒருவரான ஹென்ரிச் ஹிம்லரும் கைது செய்யப்பட்டு நியூரெம்பெர்க் சர்வதேச தீர்ப்பாயத்தின் முன்னால் நிறுத்தப்பட்ட போது குற்றச்சாட்டுகளை எதிர்கொள்வதற்கு முன்பே தற்கொலை செய்து கொண்டார்.

இப்படி ஜெர்மன் பொதுமக்களோடு மக்களாக நாஜி குற்றவாளிகள் தற்கொலை செய்துகொள்ள, முக்கியமான பல குற்றவாளிகள் போலி அடையாள அட்டைகளைப் பயன்படுத்தித் தப்பிச் சென்றனர். இவர்களில் நூற்றுக்கணக்கானவர்கள் அர்ஜென்டினாவுக்குத் தப்பிச் சென்றனர். உலகில் நாஜிகளுக்குப் பாதுகாப்பான ஒரே இடமாக அன்று இருந்தது அர்ஜென்டினாதான்.

இரண்டாம் உலகப்போரின் முடிவில் அர்ஜென்டினாவில் ராணுவ அதிகாரி ஜுவான் பெரோனின் ஆட்சி நடைபெற்று வந்தது. இரண்டாம் உலகப் போரில் நடுநிலை வகிப்பதாகத் தெரிவித்த அர்ஜென்டினா, நாஜி ஜெர்மனியுடன் கருத்தியல் ரீதியான மறைமுக இணக்கப்பாடுகளோடு இருந்தது.

போரின் முடிவு நாஜிகளுக்கு எதிராகத் திரும்பியதும் அவர்களை ஜெர்மனிக்குள் இருந்து மீட்டெடுக்கும் பணிகளை லிஸ்பனில் உள்ள அர்ஜென்டின தூதரகம் செய்தது. அவர்கள் போலி கடவுச் சீட்டு மூலம் அர்ஜென்டினாவுக்குத் தப்பியோடும்படி செய்யப்பட்டார்கள்.

அஜென்டினா அடைக்கலம் கொடுத்தவர்களின் எண்ணிக்கை ஆயிரத்தைத் தாண்டும் என்றது அமெரிக்கா. ஆனால், சுமார் 150 பேருக்கு மட்டுமே அடைக்கலம் கொடுத்ததாக ஆணையம் சொன்னது. இப்படித் தப்பி வந்தவர்களில் முக்கியமானவர் எஸ்.எஸ் அதிகாரியான அடோல்ஃப் ஐச்மேன் . 1960ல் இஸ்ரேலின் மொசாட் ரகசிய படைகளால் கடத்தப்பட்டு ஜெருசலேம் விசாரணைக்குப் பின்னர் தூக்கிலிடப்பட்டார். அடோல்ஃப் ஐச்மேனை கடத்திய அர்ஜென்டினாவின் இறையாண்மையை மீறிய செயல் அவரைத்

திரும்ப ஒப்படைக்க வேண்டும் என்றது அர்ஜென்டினா அதை இஸ்ரேல் கண்டுகொள்ளவில்லை.

'மரண தேவதை' என வர்ணிக்கப்பட்ட ஜோசப் மெங்கலேவும் அர்ஜென்டினாவுக்கு தப்பிச் சென்றார். அடோல்ஃப் ஐச்மேன் இஸ்ரேல் படைகளால் கைது செய்யப்பட்டபின்பு அங்கிருந்து பிரேசிலுக்குத் தப்பிச் சென்று அங்கு இறந்தார். கொலைகளுக்காகக் கொண்டாடப்பட்ட எட்வர்ட் ரோஷ்மேன் அர்ஜென்டினாவிலிருந்து பொலிவியா சென்று பின்னர் பராகுவேயில் 1977ஆம் ஆண்டு இறந்தார்.

கொள்ளையடிக்கப்பட்ட யூதர்களின் சொத்துகளை நாஜிகள் அர்ஜென்டினா கொண்டு சென்றதாக அமெரிக்கா குற்றம் சாட்டியது. அதை அர்ஜென்டினா மறுத்தது. அது உண்மையும் இல்லை. ஆனால் பல நாடுகள் நாஜி அறிவியலாளர்களைத் தங்கள் நாட்டின் அறிவியல் தொழில்நுட்பங்களுக்குப் பயன்படுத்த முயன்றது உண்மை.

1944ஆம் ஆண்டில் ஜுவான் பெரோனின் அரசு தொழில்மயமாக்கக் கொள்கையை அறிமுகம் செய்தபோது தொழிநுட்ப ஆதரவுக்கு நாஜி ஜெர்மன் பொறியியலாளர்கள், அறிவியலாளர்கள் தங்களின் வளர்ச்சிக்குக் குறிப்பிடத்தக்க பங்களிப்பைச் செய்வார்கள் என நம்பினார். ஆனால் அது பெரிய அளவில் கை கொடுக்கவில்லை. 60 லட்சம் பேர் கொல்லப்பட்ட மாபெரும் இனப்படுகொலை குற்றங்களில் கை நனைத்தவர்களை வைத்து சர்வதேச அழுத்தத்தையும் மீறி அர்ஜென்டினாவால் செயல்பட முடியவில்லை.

ஆபரேஷன் பேப்பர் க்ளிப்

1960களில் அமெரிக்க ரஷ்ய பனிப்போர் திவீரமடைந்தது. விண்வெளி ஆய்வுகளும் ராக்கெட் தொழில்நுட்பங்களுமே அந்தப் போட்டியின் மையமாக இருந்தது. இரண்டாம் உலகப்போரில் தாமதமாகக் குதித்த அமெரிக்கா, போரின் முடிவுக்குப் பின்னர் 'ஆபரேஷன் பேப்பர்கிளிப்' என்ற ரகசிய திட்டத்தை உருவாக்கியது. அதில் நாஜி ஜெர்மனியின் விஞ்ஞானிகள், பொறியியலாளர்கள், நாஜிக் கட்சியின் முன்னாள் தலைவர்கள், தொழில்நுட்ப வல்லுநர்கள் எனச் சுமார் ஆயிரத்து 600 தொழில்நுட்ப வல்லுநர்களை அமெரிக்கா தனது பல்வேறு தேவைகளுக்காகவும் பயன்படுத்திக் கொண்டது.

செயற்கை ரப்பர், எண்ணெய் வினையூக்கிகள், ஜெட் மற்றும் ராக்கெட் தொழில்நுட்பம், இரசாயன ஆயுதங்கள், மருத்துவ சோதனைகள், எனப் பலவித தேவைகளுக்கும் பயன்படுத்தியது. இந்த ரகசிய திட்டத்திற்குப் பல பெயர்களையும் பயன்படுத்தியது. இந்தத் திட்டத்தின் இன்னொரு பெயர் ஆபரேஷன் ஓவர் காஸ்ட். வெவ்வேறு பகுதிகளில் வைத்து இவர்களைக் கண்காணித்து இதில் தங்களுக்குப் பயன்படும் நபர்களை மட்டும் அமெரிக்காவில் நேரடியாக அறிவியல் ஆய்வுகளில் ஈடுபடுத்தத் திட்டமிடப்பட்டது.

இதை அறிந்துகொண்ட ரஷ்யா, போர் நடந்த பல்வேறு பகுதிகளில் பாதுகாக்கப்பட்டிருந்த இவர்கள் 'ஆபரேஷன் ஓசோவியாக்கிம்' என்ற நடவடிக்கை மூலம் பல்லாயிரம் ஜெர்மன் தொழில்நுட்பவியலாளர்களை அப்புறப்படுத்தியது. பின்னர் ஏதோ ஒருவகையில் அமெரிக்கா ரஷ்யாவின் விண்வெளிப் போரை எதிர்கொள்ள ஜெர்மன் விஞ்ஞானிகளைப் பயன்படுத்திக் கொண்டது.

இவர்கள் முதியவர்கள்

தப்பியர்கள், பயன்படுத்தப்பட்டவர்கள், சர்வதேச தீர்ப்பாயத்தில் விசாரிக்கப்பட்டு தண்டனைக்குள்ளானவர்கள் போல இன்னமும் நாஜி ஜெர்மனியின் போர்க்குற்றவாளிகள் உயிரோடு இருக்கிறார்கள். ஜெர்மன் நீதிமன்றங்களில் இப்போதும் அவர்களுக்கு எதிரான வழக்குகள் நடக்கின்றன.

யூதர்களை அரசு வேலைகளில் இருந்து அப்புறப்படுத்திவிட்டு ஹிட்லர் அலுவலகம் முதல் கொலை முகாம்கள் வரை ஆரியர்களையே பணிக்கு அமர்த்தியது நாஜி ஜெர்மனி. அப்படி அமர்த்தப்பட்டவர்கள்தான் இவர்கள். நூறு வயதைத் தொடும் இவர்கள் 2022ஆம் ஆண்டிலும் தண்டனைக்குள்ளாகிறார்கள்.

ஐந்தாயிரம் பேரைக் கொன்ற எஸ்.எஸ் காவலர் புரூனோ டேவுக்கு 2020ஆம் ஆண்டு 2 ஆண்டுகள் தண்டனை விதிக்கப்பட்டது.

20 ஆயிரம் பேரைக் கொன்ற ஜான் டெமியாநியூக் 2011ஆம் ஆண்டு தண்டிக்கப்பட்டார்.

ஆஷ்விட்ச் முகாமில் நூலகராகப் பணி செய்த ஆஸ்கர் கிரானி 3 லட்சம் யூதர் கொலைக்கு உடந்தையாக இருந்ததாக 2015இல் தண்டனை பெற்றார். ஆனால் மேல் முறையீட்டு விசாரணையின் போதே முதுமையால் இறந்தார்.

ஆஷ்விட்ச் முகாமில் காவலராக இருந்த ரெய்ன்ஹோல்ட் ஹானிங் 2016ஆம் ஆண்டு தண்டனை பெற்றார். மேல் முறையீட்டு விசாரணையின்போது முதுமையால் இறந்தார்.

தனது 95வது வயதில் ஃபிரெட்ரிக் கார்ல் அமெரிக்காவில் இருந்து ஜெர்மனுக்கு நாடு கடத்தப்பட்ட பெர்ஷே மீதான குற்றச்சாட்டுகள் உண்மையானவை. ஆனால் அவர் மீதான வழக்கை ஜெர்மன் வழக்கறிஞர்கள் கைவிட்டனர்.

சாக்சென்ஹவுசென் வதை முகாமில் 3 ஆயிரத்து 500 கைதிகளைக் கொன்றதாக ஜோசப் எஸ் என்பரை 76 ஆண்டுகளுக்குப் பின்னர் விசாரித்தார்கள். 101 வயதில் தண்டிக்கப்பட்டார் ஆனால் சிறையில் அடைக்கப்படவில்லை. பூட்டு செய்யும் தொழிலாளியான இவர் நாஜிக் கட்சியில் இணைந்து காவலர் ஆனார். இவரது பெயரை முழுமையாகத் தெரிவிக்கவில்லை சுருக்கமாக ஜோசப் எஸ் என அழைக்கப்பட்டார்.

இந்த வரிசையில் கடைசியாகத் தண்டிக்கப்பட்வர்தான் இம்கார்ட் ஃபியூஷ்னர். இவருக்கு வயது 97. நாஜிகள் நிர்மாணித்த ஸ்டுட்ஹாஃப் வதை முகாமில் தனது பதின்ம வயதில் 1943 முதல் 1945 வரை தட்டச்சராகப் பணிபுரிந்தவர். இந்த முகாமில் யூதர்கள், போலந்து குடிமக்கள், சோவியத் கைதிகள், எனக் கொல்லப்படுகிறார்கள். இம்கார்ட் ஃபியூஷ்னர் பணி செய்த மூன்று ஆண்டுகளில் மட்டும் 10 ஆயிரத்து 505 பேர் கொல்லப்படுகிறார்கள். அவர்களுக்கு உதவியாளராகவும், 5 பேரின் கொலை முயற்சிகளுக்கு உடந்தையாகவும் இருந்தார். 1945இல் சிறுவர் நீதிமன்றத்தில் விசாரிக்கப்பட்ட பின்னர் விடுதலையாகி விடுகிறார். ஆனால், அதே முகாமில் காவலராகப் பணி செய்த ஜான் டெம்ஜான்ஜூக் வழக்கில் தீர்ப்பு வெளிவந்த போது 2011ஆம் ஆண்டு இம்கார்ட் ஃபியூஷ்னரை மீண்டும் கூண்டில் ஏற்றி விசாரித்தார்கள். "நடந்த விஷயங்களுக்காக என்னை மன்னியுங்கள். ஸ்டுட்ஹாஃப் வதை முகாமில் அந்த நேரத்தில் இருந்தமைக்காக வருந்துகிறேன் என்று மட்டுமே இப்போதைக்கு என்னால் கூறமுடியும்" என்றார் இம்கார்ட் ஃபியூஷ்னர்.

வதைமுகாமில் குழந்தையாக இருந்து மீண்ட ஜோசப் சாலமோனோவிச் இம்கார்ட்டுக்கு எதிராக சாட்சியம் அளித்தார். "1944ஆம் ஆண்டு தன் தந்தை விஷ ஊசி செலுத்திக் கொல்லப்படும் போது நான் 6 வயது சிறுவனாக இருந்தேன். அலுவலகத்தில்

வெறுமனே அமர்ந்துகொண்டு, என் தந்தையின் இறப்புச் சான்றிதழ் மீது முத்திரை இடுபவராக இருந்தாலும்கூட அங்கு நடந்த குற்றங்களில் இம்கார்ட் ஃபியூஷ்னருக்கு மறைமுகமாகத் தொடர்பு உண்டு" என்றது அவரது சாட்சியம்.

இம்கார்டின் முதுமையைக் கருத்தில் கொண்டும் குற்றம் இழைத்தபோது அவருடைய வயதைக் கருத்தில் கொண்டும் சிறார் தண்டனைச் சட்டப்படி வெறும் இரண்டு ஆண்டுகள் மட்டும் தண்டனை விதிக்கப்பட்டது.

நாஜிகள் அன்றும் இன்றும் என்றும் இருக்கிறார்கள். இரண்டாம் உலகப் போரின் முடிவில் நாஜி அரசியல் உலக ஒழுங்கை நாறடித்தது. ஹிட்லரின் ஆரியத்தின் பெயரால் உருவான அதிகாரம் யூதர்கள் கைகளுக்கு மாறியிருக்கிறது. இன்றைய உலக ஒழுங்கில் யூதர் ஒருங்கிணைப்பும் அவர்கள் அமைத்திருக்கும் சிண்டிகேட்டும் சியோனிசமும் புதிய வலதுசாரிப் பாசித்தைப் பயங்கரவாதம் என்ற பெயரில் கட்டமைக்கிறது. இதற்கு இந்தியாவும் விதிவிலக்கில்லை ஒவ்வொரு நாட்டிலும் வெவ்வேறு அடையாளங்களுடன் வலதுசாரிகள் அதிகாரத்திற்கு வருகிறார்கள். நாஜிகளுக்குப் பின் இன்னும் அதிக புத்திக் கூர்மையோடு அவர்கள் நடத்தும் தாக்குதல்களைத் தேர்தல் வெற்றிகளாக அறுவடை செய்கிறார்கள். முன்னர் அறம் எனப் பேசப்பட்டு வந்த அனைத்துமே இன்று தேர்தல் அரங்கில் கேலிக்கூத்தாகிறது. மதச் சிறுபான்மையோர் மீது வன்கொடுமைகள் புரிந்தோர் பெரும் மக்கள் செல்வாக்குடன் பதவிக்கு வருவதைப் பார்க்கும் போது அது நாஜிகளை நினைவூட்டவில்லையா?